உறுதி மட்டுமே வேண்டும்

சோம. வள்ளியப்பன்

தமிழகத்தின் அனைத்து முன்னணி இதழ்களிலும் தொடர்கள், கட்டுரைகள் எழுதி வருபவர். மனித வளம், பொருளாதாரம், பணம் மற்றும் பங்குச் சந்தை பற்றி தொலைக்காட்சியில் தொடர்ந்து விவாதித்து வருபவர்.

உரைகள் நிகழ்த்துவதற்கும் பயிற்சி அளிப்பதற்கும் கல்லூரிகள், அமைப்புகள் மற்றும் நிறுவனங்களால் தொடர்ந்து அழைக்கப்படுபவர். நிர்வாகம், உறவுகள், சுயமுன்னேற்றம், பணம், பங்குச் சந்தை, ஆளுமைகள் என்று இதுவரை 40 புத்தகங்கள் எழுதியிருக்கிறார்.

BA பொருளாதாரம் MBA மற்றும் PGDPM படித்திருக்கிறார். பெல், பெப்ஸி, வர்ல்பூல், டாக்டர் ரெட்டிஸ் ஃபவுண்டேஷன், நவியா உள்ளிட்ட நிறுவனங்களில் 30 ஆண்டுகள் மனித வளத்துறையில் பணியாற்றியிருக் கிறார். தற்போது சென்னையில் மென்மை மேனேஜ் மெண்ட் கன்சல்டன்சி சர்வீசஸ் என்ற ஆலோசனை மற்றும் பயிற்சியளிக்கும் நிறுவனம் ஒன்றை நடத்தி வருகிறார்.

ஆசிரியரின் பிற நூல்கள்

பங்குச்சந்தை

1. அள்ள அள்ளப் பணம் 1 - *பங்குச்சந்தை: அடிப்படைகள்*

2. அள்ள அள்ளப் பணம் 2 - *பங்குச்சந்தை: அனாலிசிஸ்*

3. அள்ள அள்ளப் பணம் 3 - *பங்குச்சந்தை: ஃபியூச்சர்ஸ் அண்ட் ஆப்ஷன்ஸ்*

4. அள்ள அள்ளப் பணம் 4 - *பங்குச்சந்தை: போர்ட்ஃபோலியோ முதலீடுகள்*

5. அள்ள அள்ளப் பணம் 5 - *பங்குச்சந்தை: டி ரேடிங்*

வியாபாரம்

1. *நம்பர் 1 சேல்ஸ்மேன்* (சிறந்த விற்பனையாளர் ஆவது எப்படி?)

2. *பணமே ஓடி வா!*

3. *பணம் - சந்தேகங்கள், விளக்கங்கள்* (FAQs)

நிர்வாகம்

1. *ஆளப்பிறந்தவர் நீங்கள்* (தலைமைப் பண்புகள்)

2. *காலம் உங்கள் காலடியில்* (நேர நிர்வாகம்)

3. *யார் நீ?* (பர்சனாலிட்டி)

4. *உலகம் உன் வசம்* (கம்யூனிகேஷன்)

5. *உறுதி மட்டுமே வேண்டும்* (கமிட்மெண்ட்)

6. *உறவுகள் மேம்பட* (Secrets of Managing People)

7. *சிறந்த நிர்வாகி ஆவது எப்படி?*

8. *தங்கத் துகள்கள்* (காலம் உங்கள் காலடியில் - 2)

சுயமுன்னேற்றம்

1. *இட்லியாக இருங்கள்* (எமோஷனல் இண்டலிஜென்ஸ்)

2. *டீன் தரிகிட* (பதின் பருவத்தினருக்கு)

3. *அதிகாரம் அல்ல, அன்பு* (சுயமுன்னேற்றக் கட்டுரைகள்)

4. *மன அழுத்தம் விரட்டலாமா* (மாணவர்களுக்கு - யுனெஸ்கோவுக்காக)

5. *உஷார் உள்ளே பார்* (மனமும் சக்தியும்)

6. *ஆல் தி பெஸ்ட்!* (நேர்முகங்களில் வெற்றி பெறுவது எப்படி?)

7. *தள்ளு* (மோட்டிவேஷன்)

8. *சின்னத் தூண்டில் பெரிய மீன்*

9. *சிறு துளி பெரும் பணம்*

10. *சொல்லாததையும் செய்!*

உறவுகள்

1. *காதலில் இருந்து திருமணம் வரை*

2. *அப்பா மகன் - நெருக்கமும் நெருடல்களும்*

உறுதி மட்டுமே வேண்டும்

சோம. வள்ளியப்பன்

உறுதி மட்டுமே வேண்டும்
Urudhi Mattume Vendum
Soma. Valliappan ©

First Edition: May 2008
116 Pages

ISBN: 978-81-8368-785-0
Title No: Kizhakku 305

Kizhakku Pathippagam
177/103, First Floor,
Ambal's Building, Lloyds Road
Royapettah, Chennai 600 014.
Ph: +91-44-4200-9603

Email : support@nhm.in
Website : www.nhm.in

Author's Email : baluvalliappan1@yahoo.co.in,
                  writersomavalliappan@gmail.com

Author's Website : www.writersomavalliappan.com

Printed in India by Repro India Ltd., Navi Mumbai

Kizhakku Pathippagam is an imprint of New Horizon Media Private Limited

•••

வாழ்க்கைப் போராட்டத்தில் வெல்பவர்கள்,
உடல் வலிமையானவர்களோ வேகமானவர்களோ இல்லை.
தன்னால் முடியும் என்று நினைப்பவர்கள் மட்டுமே.

ஏணிப்படிகள்

முன்னுரை

2007-ஆம் வருடப் புள்ளிவிவரப்படி, வருடம் தோறும் இந்தியாவில் 5.5 லட்சம் பேர் பொறியியல் படிப்புப் படித்து விட்டு வெளியே வருகிறார்கள். 1.5 லட்சம் பேர் எம்.பி.ஏ. படித்து முடித்துவிட்டு வேலைகளுக்கு வருகிறார்கள். தொழிற்கல்விகள் மற்றும் டிகிரி படிப்புப் படிப்பவர்களின் எண்ணிக்கை பல லட்சம். இப்படி ஒவ்வோர் ஆண்டும் எண்ணிக்கைக் கூடிக்கொண்டே இருக்கிறது.

பொறியியல் படிப்பு முடித்தவர்களுக்கு உடனடியாக வேலை கிடைக்கிறது. இறுதி ஆண்டுகூட இல்லை, மூன்றாம் ஆண்டு படிக்கும் போதே சில மாணவர்களுக்கு வேலைக்கான ஆணை கிடைத்துவிடுகிறது. பலருடைய சம்பளங்கள் அவர்களுடைய பெற்றோர்கள் அப்போது வாங்குவதைக் காட்டிலும் அதிகம்.

பொறியியல் கல்லூரிகளில் மட்டுமல்ல, கலைக்கல்லூரிகளில் படிக்கும் மாணவ, மாணவியருக்கும், படித்து முடித்ததும் உடனடியாக வேலைகள் கிடைக்கின்றன. BPO, KPO, LPO என்று பலவிதமான புதிய வேலை வாய்ப்புகள். ஊதியம் பல ஆயிரங்கள். எடுத்தவுடனேயே!

தற்சமயம் இந்தியாவில் 369 பல்கலைக்கழகங்கள் இருக்கின்றன. இதுவே 2015-ம் ஆண்டு வாக்கில் 1500 என்கிற எண்ணிக்கையைத் தொடுமாம். இந்தியா இளைஞர்கள் அதிகமிருக்கும் தேசம். 24 வயதுக்குக் கீழ் இருப்பவர்கள் எண்ணிக்கை மட்டுமே 50 கோடி!

வேலைக்குப் போகிறவர்கள், சம்பாதிப்பார்கள். சம்பாதிப் பவர்கள் செலவழிப்பார்கள். அவர்களுடைய செலவு வேறு பலரின் வியாபாரங்களுக்கு ஆதாயம். இதனால் பல்வேறு வியாபாரங்களும் செழிக்கும். (இந்தியாவில் ஒவ்வொரு நாளும் (2007-ல்) விற்பனையாகும் கார்களின் எண்ணிக்கை மட்டும் 4000. நாள் ஒன்றுக்கு விற்பனையாகும் இருசக்கர வாகனங்கள் எண்ணிக்கை 24,660.)

இப்படி வியாபாரங்கள் நடப்பதால், பல வியாபாரிகளும், தொழில் செய்பவர்களும், ஊழியர்களும் நல்ல வருமானம் பெற்று அதனால் தாராளமாகச் செலவு செய்வார்கள். அவர்களுடைய செலவு இன்னொருவருக்கு வரவு. இந்தச் சங்கிலி வரவிருக்கும் பல ஆண்டுகளுக்கு நீளும், தொடரும்.

மொத்தத்தில் இந்தியா இப்போது நிச்சயமாக ஒரு Land of Opportunities. வாய்ப்புகள் கொட்டிக்கிடக்கும் தேசம். அதனால் தான் நமது GDP எனப்படும் பொருளாதார வளர்ச்சி அளவீடு, சுதந்தரத்துக்குப் பிறகு முன் எப்போதும் இல்லாத அளவாக 9 சதவிகிதத்துக்கும் மேல் இருக்கிறது.

இந்தத் தகவல்களில் இருந்து நாம் எடுத்துக்கொள்ளவேண்டிய விஷயம், எல்லோரும் வளர்கிறார்கள், வேகமாக வளர்கிறார்கள் என்பதுதான்.

நேற்றைய பணக்காரர்கள், இன்றைக்குச் சாதாரணர்கள் ஆகி விட்டார்கள். புதியப் புதிய பணக்காரர்கள் வந்துகொண்டே யிருக்கிறார்கள். யார் அதிகப் பணம் வைத்திருக்கிறார்கள் என்கிற டாப் 10 பட்டியல்கள் தினம் தினம் மாறுகின்றன.

இன்றைய சம்பாத்தியம் பெரியதாக இருக்கலாம். ஆனால், அதே அளவில் பணம் ஈட்டினால் போதாது. வெளியில் நடைபெறும் வளர்ச்சியைவிட, நம்முடைய வளர்ச்சி அதிகமிருந்தால் மட்டுமே நாம் வெற்றி பெறுபவர்களாக இருக்க முடியும்.

ஐந்து நாள் கிரிக்கெட் போட்டிகள், 20-20 போட்டிகள் வரைக்கும் குறைந்துவிட்டன. எதிர்கொள்கிற அத்தனைப் பந்துகளையும் அடித்து விளாசுகிறவர்கள் தேவை என்பதாக இருக்கிறது இன்றைய உலகம். இன்றைக்குப் போட்டி என்பது எவ்வளவு உக்கிரமாக இருக்கிறது என்பதற்கு, கிரிக்கெட் ஒரு சோறுபதம்.

சிறப்பானச் செயல்பாடு என்பது போதாது. தொடர்ந்து மேம்படும் செயல்பாடுகள்தான் தேவை.

நான் வெற்றி பெறுவேனா என்னும் கேள்வியை இந்த விநாடியே அழித்துவிடுங்கள். இது சாத்தியமா என்னும் சந்தேகத்தை உங்கள் உள்ளத்தில் இருந்து நீக்குங்கள்.

நான் வெற்றிபெற முடிவு செய்துவிட்டேன். அதற்கான வழிமுறைகள் மட்டுமே தேவை என்னும் கேள்வியுடன் வாசிக்க ஆரம்பியுங்கள்.

சோம.வள்ளியப்பன்

1. என்ன ஆச்சு இவர்களுக்கு?

பீகார் மாநிலம். பாட்னா நகர நீதிமன்றம். குற்றவாளிக் கூண்டில் மெலிந்த மனிதர் நிற்கிறார். வெளியே கூட்டம் அலைமோதிக் கொண்டிருக்கிறது. எல்லோரும் சாதாரண விவசாயிகள். போலீஸாரால் அடக்க முடியாத அளவுக்கு நெரிசல். குற்றம் சாட்டப்பட்டவரை விடுதலை செய்யாமல் அங்கே பிரச்னை ஓயாது என்று நீதிபதியே நினைக்குமளவுக்கு அமளிதுமளி. தள்ளுமுல்லு.

குற்றம் சாட்டப்பட்டவர், குற்றத்தை ஒப்புக்கொண்டு மன்னிப்புக் கேட்டால் போதும். உடனே ஜாமீன் கொடுத்து, அப்போதைக்கு பிரச்னையை முடித்துக்கொண்டு, அவரை வெளியே விட்டுவிடலாம் என்று நீதிபதி நினைக்கிறார். அதற்கேற்றாற் போல, அரசு தரப்பு வழக்கறிஞரும், வழக்கு விசாரணையை தள்ளிப்போடச் சொல்லி நீதிபதியைக் கேட்டுக் கொள்கிறார்.

சரி, பிரச்னை முடிந்தது என்று நீதிபதி நிம்மதிப் பெருமூச்சு விடுகிறார். குற்றம் சாட்டப்பட்ட மனிதரோ, 'விசாரணை ஏன் தாமதமாகிறது?' என்று எதிர்ப்புத் தெரிவிக்கிறார். 'விசாரணையே தேவையில்லை' என்று சொல்லிவிட்டு, 'நான் குற்றவாளி' என்று அவரே ஒரு தாளில் எழுதி, அதைச் சத்தமாக வாசிக்கவும் செய்கிறார்.

நீதிபதிக்கு என்ன செய்வதென்றே தெரியவில்லை. தண்டிக் காமலும் விடமுடியாது. தண்டித்தாலும் பிரச்னை. தன் மேலதி காரிகளை கலந்தாலோசித்தால் பிரச்னைக்கு ஒரு தீர்வு கிடைக்கும் என்று நினைக்கிறார். அதற்காக, 'உங்களை 120 நிமிடங்களுக்கு ஜாமீனில் வெளியேவிட அனுமதி கேளுங்கள்' என்று அவரே குற்றம்சாட்டப்பட்ட மனிதருக்கு யோசனை சொல்கிறார். அந்த இரண்டு மணிநேர அவகாசத்தில், மேலதிகாரிகளிடம் கலந்துப்பேசி, இந்தப் பிரச்னைக்கு ஒரு தீர்வு கண்டுவிடலாம். பிறகு தீர்ப்பு சொல்லலாம் என்பது அவரது எண்ணம்.

நீதிபதியின் கருத்துக்கு மெலிந்த உருவத்தில் இருந்த மனிதரோ, தம்மால் அப்படி அனுமதி கேட்க முடியாது என்று மறுத்து விடுகிறார். வேறுவழியில்லாமல், 'பெயில்' இல்லாமலேயே நீதிபதி, அவரை இரண்டு மணி நேரம் வெளியில் இருக்க அனுமதிக்க வேண்டியதாகிவிடுகிறது.

பீகாரில் இது நடந்தது 1940-களுக்கு முன். அந்த நீதிபதியும் அரசு வழக்கறிஞரும் வெள்ளைக்காரர்கள். அரசு, பிரிட்டிஷ் அரசு. அந்த மனிதர் மோகன்தாஸ் கரம்சந்த் காந்தி.

சம்பிரான் மாகாணத்தில் இண்டிகோ பயிரிடும் இந்திய விவசாயிகளின் துயரைத் தீர்ப்பதற்காக காந்தி அங்கே போனார். போன இடத்தில், பயந்தும் ஒதுங்கி இருந்த விவசாயிகளைப் பார்த்தார். அவர்களிடம் போராடும் குணத்தைத் தூண்ட வேண்டும் என்ற முடிவுக்கு வந்தார். தான் வெளியில் இருந்து வந்த ஆள். அவர்களுடைய பிரச்னைக்காகக் கைதானால், அவர்களிடம் ஒரு விழிப்புணர்வு வரும் என்று எண்ணினார். அதற்காக அவர் சிறை செல்லவும் தயாரானார்.

இப்படியும் ஒரு மனிதரா? எதற்காக அவரே வலியப் போய், குற்றம் செய்ததாக ஒப்புக்கொண்டு, தண்டனை கேட்கிறார்? என்ன காரணத்துக்காக அவர் தன் நிலைப்பாட்டில் உறுதியாக இருந்தார்?

கிரிக்கெட் மைதானம். அவருக்குக் காலில் பயங்கர அடி. காலைத் தரையில் ஊன்றவே முடியவில்லை. இந்த நிலையில் பேட் கட்டிக்கொண்டு, விடாமல் போய் ஆடுகிறார். காலைக் கொஞ்சம் நகர்த்தினாலும் வலி உயிர் போகிறது. அவர் அசரவில்லை. 'அவுட் ஆகக்கூடாது. எப்படியும் ரன் எடுத்தாக வேண்டும். ஓடாமல் நாலு நாலாகவோ அல்லது இயன்றால்

சிக்ஸர்களாகவோ. எப்படியும் ரன்கள் எடுத்தாகவேண்டும்' என்று துடிக்கிறார்.

அவ்வளவு உயிர் போகும் வலியுடன், கிரிக்கெட் ஆடா விட்டால்தான் என்னவாம்?

அவர் பெயர் கிளைவ் லாயிட். மேற்கு இந்தியத் தீவுகள் அணியின் கேப்டன். 1983 ஆண்டு, லண்டன் லார்ட்ஸ் மைதானம். இந்தியா - மே.இ. தீவுகள் இடையேயான உலகக் கோப்பை இறுதிப் போட்டியில்தான் அவர் அப்படி உயிரைக் கொடுத்து ஆடினார்.

அப்போது மே.இ.தீவுகள் அணிதான் மிகவும் வலுவான அணி. உலக சாம்பியன். கிரிக்கெட்டைப் பொறுத்தவரை இந்தியா மிகச்சாதாரண அணிதான். (அந்த இறுதிப் பந்தயத்தில் இந்தியா வெல்லுகிற வாய்ப்பு 66-க்கு 1 என்கிற அளவில்தான் என்று 'புக்கி'கள் கணித்திருந்தார்கள்) அப்படிப்பட்ட இந்தியாவுடன் இறுதிப் பந்தயத்தில் முதலில் ஆடி, சொற்ப ஓட்டங்களுக்கு (வெறும் 183) இந்தியாவை ஆட்டம் இழக்க வைத்துவிட்டார்.

வெற்றிபெற, மே.இ.அணி ஓவர் ஒன்றுக்கு 3 ரன்கள் அடித்தால் போதும் (அப்போது அவை 60 ஓவர்கள் போட்டிகள்). இப்படி நினைத்துத்தான் களமிறங்கியது மே.இ.அணி. ஸ்கோர் வெறும் 5 ரன்களாக இருக்கையில் தொடக்க ஆட்டக்காரர் கிரீனிட்ஜ் ஆட்டமிழந்தார். அத்தோடு நிற்கவில்லை பிரச்னை. அடுத்துக் களமிறங்கிய ஹெயின்ஸ் மற்றும் ரிச்சர்ட்ஸ் ஆகியோரும் அவுட் ஆனார்கள். அப்போது மே.இ.அணியின் ஸ்கோர் வெறும் 57 தான். இப்படிப்பட்ட சூழ்நிலையில்தான், கேப்டன் லாயிட்ஸ் விளையாட வந்தார்.

காலை நகர்த்த முடியவில்லையென்றாலும் சரி. 'பை ரன்னர்' வைத்துக்கொள்ளலாம். ஆனால் ரன் அடித்தாகவேண்டும். எப்படியும் ஜெயித்தாகவேண்டும். அதற்காகக் காலை உடைத்துக்கொண்டாலும் சரி! மைதானத்துக்குள் அந்த உடைந்த காலோடு வந்துவிட்டாரே?

என்னப்பா இது? உலகக்கோப்பையைவிட உயிரல்லவா முக்கியம். உலகக்கோப்பை என்பது மே.இ. தீவு அணிகளுக்குப் புதிதுமல்ல. இருந்தும் ஏன் அவர் காயத்தோடு மல்லுக்கட்ட வேண்டும்?

டாக்டர் ரவிக்குமார், மும்பை IDBI தலைமை அலுவலகத்தில் வரவேற்பறை சோபாவில் அமர்ந்திருந்தார். காலையில் எட்டரை மணிக்கு வந்தவர். மாலை மணி ஏழு ஆகப்போகிறது. இன்னும் எதுவும் சாப்பிடக்கூட இல்லை. எப்படியும் எவ்வளவு நேரமானாலும், அந்த நிறுவனத்தின் மேலாளரைப் பார்த்து விட்டுத்தான் போவது என்று காத்திருந்தார். இத்தனைக்கும், ஐதராபாத் நிறுவனம் ஒன்றில் அப்போது வேலை பார்த்துக் கொண்டிருந்த அவர், முன்கூட்டியே அந்த மேலாளரைப் பார்ப்பதற்கு அனுமதி வாங்கிக்கொண்டு, அவர்கள் சொன்ன நேரத்துக்குத்தான் வந்திருந்தார்.

இரவு எட்டு மணிக்கு வெளியில் வந்தார் அந்த மேலாளர். 'இன்றைக்கு முடியாது, நாளைக்கு பார்க்கலாமா?' என்று சாதாரணமாகச் சொல்லிவிட்டு, வேகமாகப் போய்விட்டார். மறுநாள் மீண்டும் அதே சிரித்த முகத்துடன், அதே வரவேற்பு அறையில் போய், 'டாண்' என்று காலை ஒன்பது மணிக்கே உட்கார்ந்துகொண்டார் டாக்டர் ரவிக்குமார்.

ரவிக்குமார் அப்போது ஐதராபாத்தில், ஓர் உர நிறுவனத்தில் வேலை பார்த்துவந்தார். அந்த நிறுவனத்துக்கு ஒரு பெரிய தொகைக் கடனாகத் தேவைப்படுகிறது. அதை ஒரு வங்கி கொடுப்பதாக ஒப்புக்கொண்டிருந்தது. நேரில் போய் விவரங் களை விளக்க வேண்டியதுதான் பாக்கி. மற்ற சம்பிரதாயங்கள் எல்லாம் முடிந்துவிட்டன. ஆனாலும் காசோலை தருவதற்கு முன் ஆகவேண்டிய ஒப்புதல் மட்டும் இன்னமும் முடிய வில்லை. அதற்காகத்தான் ரவிக்குமார் போயிருந்தார்.

கடன் தருபவர்கள் ரவிக்குமாரை இழுத்தடித்தார்கள். சுயமரி யாதைக்குப் பங்கம் ஏற்படுகிற அளவுக்கு அவர்களுடைய நடத்தை இருந்தது. நிறுவனம் நல்ல நிறுவனமாக இருந்தாலும் ஊழியர்களும் அதே அளவுக்குப் பண்புடையவர்களாக இருக்கவேண்டுமா! இப்படி ஒரு பிழைப்பு தேவையா, நான் என் சொந்த நலனுக்காகவா கடன் வாங்குகிறேன் என்று ரவிக்குமார் சிந்திக்கவில்லை.

'போய், வேண்டிய கடனை பைசா குறையாமல் வாங்கி வா' என்று அவரை அவரது அலுவலகம் அனுப்பியிருக்கிறது. கடனை வாங்கி வரவேண்டிய கடமை ரவிக்குமார் வசம். அந்த இடத்தில் சொந்த உணர்ச்சிகளுக்கு இடம் கிடையாது. இட்ட

பணியை செவ்வனே முடித்தால் மட்டுமே அலுவலகம் புத்துயிர் பெறமுடியும்.

அந்தக் கணத்தில், தனது ஈகோ அல்ல. நிறுவனத்துக்கு வர வேண்டிய ஆயிரக்கணக்கான கோடி ரூபாய்க் கடன்தான் முக்கியம் என்பதை ரவிக்குமார் உணர்ந்திருந்தார். 'நிறுவனத்தின் வேலை முடியவேண்டும். எவ்வளவு காத்திருக்க வேண்டு மானாலும் சரி. விட்டுக்கொடுக்க வேண்டிவந்தாலும் சரி.'

ஏன் அந்தச் சுமையை விரும்பி ஏற்றுக்கொண்டார்? வங்கியில் சரியாக ஒத்துழைப்புக் கொடுக்கவில்லை என்று சொன்னால் அவர் கம்பெனியில் தலையைச் சீவிவிடுவார்களா?

வசந்தி சென்னைக்கு வந்து ஒரு மாதமாகிறது. வசந்தியும் அவர் மகள் 15 வயது பப்பியும் மட்டும் தனியாக ஒரு பிளாட்டில் குடியிருக்கிறார்கள். வசந்தியின் கணவர் இருப்பது காரைக் குடிக்குப் பக்கத்தில் ஆராவயல் என்கிற கிராமத்தில். பப்பி பகலில் பள்ளிக்கூடம் போய்விடுகிறாள். பதினொன்றாம் வகுப்பை அவள் சென்னையில் தொடர்கிறாள்.

வசந்திக்கு சென்னையில் வசிப்பது புதிய அனுபவம். அதுவும் தனியாக. பப்பிக்கும் கிராமத்தில் இருந்துவிட்டு, சென்னைக்கு வந்து புதிய பள்ளியில் படிப்பது என்பது சுமையான ஒன்றுதான். கணவன் ஓர் ஊரில், மனைவியும் மகளும் வேறு ஒரு ஊரில். இரண்டு குடித்தனங்கள். இரட்டைச் செலவு. தவிர விட்டுப்பிரிந்திருக்கும் ஏக்கங்கள். விடுப்புக் கிடைக்கும்போது, கணவன் வந்துவிட்டுபோகிறார். பிரயாணம், அலைச்சல், கூடுதல் செலவு. இன்னும் இரண்டு வருடத்துக்குக் குறையாமல் இப்படித்தான் இருந்தாக வேண்டும்.

வசந்தியின் மகள் பப்பி நன்கு படிக்கிற பெண். எப்படியும் ஐ.ஐ.டி.-யில் சேர்ந்து பொறியியல் படிக்க வேண்டும் என்பது பப்பியின்கனவு. 'மகளுடைய விருப்பம் உன்னதமானது' என்பது பெற்றோர் இருவருக்கும் தெரிகிறது. அதற்காக சென்னையில் உள்ள புகழ்பெற்ற மெட்ரிக்குலேஷன் பள்ளியில் 11-ம் வகுப்பும் 12-ம் வகுப்பும் படிக்க வேண்டும். படித்துக் கொண்டே ஐ.ஐ.டி. கோச்சிங் வகுப்புக்கும் போக வேண்டும். ஆராவயலில் இருந்துகொண்டு இந்தக் காரியங்களையெல்லாம் செய்ய முடியாது. சென்னைதான் கல்விக்கேற்ற நகரம்.

கணவனுடைய வேலையில் இடமாற்றம் சாத்தியமில்லை. அதற்காக வசந்தி பின்வாங்கவில்லை. அதனால் என்ன? நாங்கள் இருவருமாகப் போய் சமாளிக்கிறோம் என்று தன் மகளை அழைத்துக்கொண்டு சென்னை வந்துவிட்டார். தனியே கணவன் துணையின்றி சென்னையில் வாழ்க்கையை நகர்த்துவது என்பது கடினமான விஷயம்தான். ஆனால் எப்படி இந்தச் சிக்கலை புன்னகையோடு வசந்தி ஏற்றுக்கொண்டார்?

வசந்தி ஒரு பக்கம் அவர் கணவர் ஒருபக்கம் என்று வாழ வேண்டிய அவசியம் என்ன?

சுந்தர்ராஜனுக்கு ஒரு தங்கை. பெயர் துர்கா. துர்கா பிறக்கும் முன்பே சுந்தர்ராஜனின் பெற்றோர் விபத்து ஒன்றில் உயிரை விட்டிருந்தார்கள். அம்மா அப்பா இல்லாத குறை தெரியாமல் தங்கையை வளர்த்துவந்தார் சுந்தர்ராஜன்.

துர்கா பன்னிரண்டாம் வகுப்பு முடிந்தபோது, அவளுக்குக் கவலை ஏற்பட்டது. இன்ஜினியரிங் சீட் என்றால் எப்படியும் வருடாவருடம் லட்ச ரூபாயை கட்டணத்தொகையாக செலுத்த வேண்டும். அண்ணா எப்படிச் சமாளிக்கப்போறாரோ என்று தன் தோழிகளிடம் கவலை தெரிவித்துவந்தார். திருமணம் ஆகி விட்டதால் உன் அண்ணனால் வழக்கம்போல உன் படிப்புக்குச் செலவு பண்ணமுடியாது. நீயாக அவர் சூழ்நிலையைப் புரிந்துகொள் என்று துர்காவின் தோழிகள் அவளுக்கு ஆலோசனை கூறினார்கள்.

ஆனால் நடந்தது வேறு. தன் தங்கையை அந்த நகரில் உள்ள பெரிய கல்லூரியில் படிக்கவைத்தார் சுந்தர்ராஜன். அரசு இன்ஜினீயரிங் கல்லூரியில் படிக்கவைக்க முடியாமல் போனதால் அவர் மனம் தளரவில்லை. நகரில் உள்ள சிறந்த தனியார் கல்லூரியைத் தேர்ந்தெடுத்து அதில் தங்கையைப் பயிலவைத்தார்.

துர்காவுக்கு ஆச்சரியம். அண்ணா, எப்படி உங்களால் முடிந்தது. என்னால் உங்களுக்கு எவ்வளவு கஷ்டம் என்றெல்லாம் தன் ஆச்சரியத்தை அனுதாபத்தின் வழியாகத் தெரிவித்தார். ஆனால் இப்படி ஒரு சூழல் ஏற்படும் என்று முன்கூட்டியே அறிந்து வைத்திருந்தார் சுந்தர்ராஜன். தன் தங்கை எட்டாவது படிக்கும் போதே அவர் துர்காவின் மேல்படிப்புக்காகப் பணத்தைச்

சேமிக்க ஆரம்பித்தார். அப்படியும் பணம் கிடைக்கவில்லை யென்றால் எப்படிச் சமாளிக்கலாம் என்றும் ஆலோசனைகளைக் கேட்டறிந்தார்.

என்ன நடந்தாலும் தன்னால் சமாளிக்கமுடியும் என்று தயாராக இருந்தார் சுந்தர்ராஜன்.

இது என்ன ஆயிரம்தான் இருந்தாலும் துர்கா தங்கைதானே. இன்னும் கொஞ்சநாளில் திருமணம் செய்துகொண்டு போகப் போகிறவர். சரி, வசதியில்லை என்று அவரை கலைக் கல்லூரியில் சேர்த்து விட்டிருக்கலாம். ஆனால் சொந்த மகள் போல தன் தங்கையைப் பாவிக்கவேண்டிய அவசியம் என்ன? திருமணம் ஆனபின்பும் தன் குழந்தைகளுக்குச் செல்வம் சேர்க்காமல் அப்போதும் தன் தங்கைக்கே முன்னுரிமை கொடுக்கவேண்டிய அவசியம் என்ன?

காந்தி, கிளைவ் லாயிட், ரவிக்குமார், வசந்தி, சுந்தர்ராஜன்.

இந்த ஐந்து பேருக்கும் ஓர் ஒற்றுமை உண்டு. இவர்கள் ஐந்து பேரையும் இணைக்கும் ஒரு சங்கிலி உண்டு. அது..

கமிட்மெண்ட்.

பொறுப்பிலிருந்தும் நெருக்கடிகளிலிருந்தும் நழுவி ஓடாமல் உறுதிப்பாட்டுடன் எடுத்துக்கொண்ட காரியத்தை முடித்தார்கள் இவர்கள்.

இந்தக் குணம் உள்ளவர்கள்தான், வெற்றிபெறுகிறார்கள்.

2. கமிட்மென்ட் சூத்திரங்கள்

ஆசை இல்லாதவர்கள் யார்? எல்லோருக்கும் பலவற்றையும் செய்யவேண்டும், அடையவேண்டும் என்ற ஆசைகள் இருக் கின்றன. ஆனால் ஆசைப்படுகிற எல்லோராலும் நினைத்ததை அடைய முடிவதில்லை. சிலரால்தான் முடிகிறது. முந்தைய அத்தியாயத்தில் பார்த்த ஐந்து நபர்களைப் போல.

அந்த ஐந்து நபர்களும் அவர்கள் நினைத்ததை அடைந்தார்கள். காரணம், என்ன ஆனாலும் சரி. விரும்புவதை, நினைத்ததை அடைந்தே தீருவது என்று தீர்மானமாக இருந்தார்கள். அதற்காக என்ன இழப்புகளைச் சந்திக்க நேர்ந்தாலும் சரி, என்கிற தீவிரத்தன்மையுடன் இறங்கினார்கள்.

கொண்ட கொள்கையில் பற்று, தீவிரத்தன்மை, அர்ப்பணிப்புத் தன்மை, இவைதான் கமிட்மென்டின் அடிப்படை குணங்கள். ஒரே வார்த்தையில் சொல்லவேண்டுமென்றால் கடமை யுணர்ச்சி என்பதுதான், கமிட்மென்டின் ஆதாரக் குணமாகும்.

இப்போது தெளிவாகப் புரிந்திருக்கும். மேலே சொன்ன மூன்று குணங்களும் இல்லாதவர்கள்தான் திறமைகள், வாய்ப்புகள் ஆகிய எல்லாம் இருந்தும் வெற்றியைத் தவறவிட்டு விடு கிறார்கள். வித்தியாசம் இப்போது உங்களுக்குப் புரிந் திருக்கும்.

அரிச்சந்திரன் கதை தெரியுமல்லவா! உண்மை மட்டுமே சொல்லுவதென்று முடிவு செய்துவிட்ட அரிச்சந்திரனுக்குச் சோதனை மேல் சோதனை. விளைவாக, மனைவி, குழந்தை களையே இழக்க நேரிடுகிறது. கடைசியாக ஒரு பொய் சொன்னால் உயிர் பிழைத்துவிடலாம் என்கிற நிலை. சொல்ல வில்லையே அரிச்சந்திரன்! மறுத்துவிடுகிறான். வெட்டறிவாள் ஓங்கியும் ஆயிற்று. ம்ஹூம் அதற்கும் அவன் அசையவில்லை. 'வெட்டுங்கள்' என்று குனிந்த தலையை நிமிர்த்தவேயில்லை.

கொண்ட கொள்கையில் உறுதியாக இருந்தான் அரிச்சந்திரன். அதனால்தான் இன்றைக்கும் உண்மை பேசுபவருக்கு அரிச்சந்திரன் என்கிற பாராட்டுப் பத்திரம் கிடைக்கிறது. உண்மைக்கு எத்தனை மகத்துவம் பார்த்தீர்களா?

பாரதப் போர் உக்கிரமாக நடக்கிறது. இறுதிக்கட்டம். பாண்டவர்கள் பக்கம் அர்ஜுனன். அவனுக்குத் தேரோட்டியாக கிருஷ்ணர். எதிர்பக்கம் கர்ணன். அர்ஜுனனின் அம்புகளால் கர்ணன் தாக்கப்படுகிறான். கை, கால், தலை, மார்பு என்று எல்லாப் பக்கமும் அம்பால் துளைத்துவிட்டான் அர்ஜுனன். ஆனாலும் கர்ணனின் உயிர் போகவில்லை. அர்ஜுனனுக்கு என்ன செய்வதென்று புரியவில்லை.

கிருஷ்ணர் தன்னுடைய ஞான திருஷ்டியால் பார்த்துச் சொல்கிறார், 'கர்ணன் செய்த தர்மம்தான் அவனுடைய உயிரைக் காக்கிறது.'

'அதனால்?'

'அதை எடுக்கவேண்டும்.'

'முடியுமா?'

சிரித்த முகத்துடன் கிருஷ்ணர் போகிறார். ஏழை அந்தணர் வேடம் போடுகிறார். அடிபட்டு ரத்த வெள்ளத்தில் கிடக்கும் கர்ணனிடம் போய், 'அய்யா எனக்கு ஏதாவது தர்மம் செய்யுங்கள்' என்கிறார். கேட்டவர்க்கு இல்லை என்று சொல்லாமல், வாழ்க்கை முழுக்க அள்ளி அள்ளிக் கொடுத்தவன் கர்ணன்.

'அய்யோ. இப்போது போய்க் கேட்கிறீர்களே! நான் போர்க் களத்தில் வீழ்ந்து கிடக்கிறேன். இந்தக் கணத்தில், என்னிடம்

கொடுப்பதற்கு ஒன்றுமில்லையே!' கர்ணனின் மனம் கிடந்து தவிக்கிறது. அந்தணர் உருவில் இருந்த கிருஷ்ணர், 'இதுவரை நீங்கள் செய்துவந்த தான தர்மங்களின் பலன்கள் இருக் கின்றனவே' என்று சொல்ல, சற்றும் தயங்காமல், தன் வாழ் நாளில் அதுவரை செய்த தான தர்மங்கள் மூலமாக வந்த புண்ணியம் மொத்தத்தையும், அப்போதே தானமாகத் தாரை வார்த்துக் கொடுத்துவிடுகிறான் கர்ணன்.

வாழ்நாள் முழுவதும் தானம் அளிப்பதைக் கடமையாகக் கொண்டிருந்தார் கர்ணன். உயிர்போகும் நிலையிலும் அவர் தன் கொள்கையிலிருந்து தவறவில்லை.

அரிச்சந்திரனுக்கு உண்மை என்றால் கர்ணனுக்குத் தர்மம். இவ்விருவர் மீதான எதிர்பார்ப்பை இருவரும் துயரநிலையில் கூட கைவிடவில்லை.

கிரிக்கெட் விளையாட்டில் பார்த்திருக்கலாம். சில ஃபீல்டர்கள் நடந்துகொள்ளும் விதங்கள் ஆச்சரியமளிக்கும். ஆயிரம்தான் சொன்னாலும், அவை விளையாட்டுப் போட்டிகள்தானே! தேசங்களுக்கிடையே நடக்கும் யுத்தங்கள் இல்லையே! ஆனால், அந்த வீரர்களிடம், போரில் இருப்பதுபோன்ற வேகம் இருக்கும். எதிரணியினர் அடிக்கும் பந்துகள் ஓட்டங்களாக மாறுவதை தடுப்பார்கள். சாதாரணமாக அல்ல. அதில் ஒரு அர்ப்பணிப்புத் தன்மையே இருக்கும்.

சீறிப் பறக்கும் பந்தைக் காட்டிலும் வேகமாக ஓடி நெருங்கு கிறார்கள். பந்தின் வேகம் அதிகமிருக்கலாம். இடைவெளி அதிகமாகலாம். பந்து பவுண்டரியை நெருங்கிவிடலாம். ஆனாலும் விடுவதில்லை. பாய்வார்கள். பந்தை நோக்கிக் கைகள் நீளும். பின்பு உடம்பே நீளும். எப்படியாவது தடுத்தாக வேண்டும் என்கிற முனைப்பு அவர்களது ஒவ்வொரு செயலிலும் முயற்சியிலும் இருக்கும். உடல் தரையில் மோதி விழும். உடைகள் அழுக்காகும். கை, கால்கள் மடங்கும். கவலையில்லை. ஒரே நோக்கம், பந்து பவுண்டரி கோட்டைத் தாண்டக் கூடாது. அதற்காக எதையும் செய்வார்கள்.

விழலாமா, வேண்டாமா என்று யோசிப்பதில்லை. போனால் போகட்டுமே, என்ன ஒன்றோ இரண்டோ ஓட்டங்கள்தானே கூடுதலாக எடுப்பார்கள். அதுவா போட்டியின் முடிவை

தீர்மானிக்கப் போகிறது என்று நினைப்பதில்லை. அப்படியே இருந்தாலும் அதற்காக விழுந்து எழுந்தா தடுக்க வேண்டும். நமக்கு ஏதும் ஆகிவிட்டால், அடிபட்டுவிட்டால், கிரிக்கெட் வாழ்க்கையே அல்லவா அஸ்தமித்துவிடும்! இதென்ன ஒரு போட்டிதானே! என்றெல்லாம் சிந்திப்பதில்லை. தயக்கம் என்பது துளியும் கிடையாது. ஓடு, விழு, கை கால்களை பரப்பு. எதையாவது செய்து தடுத்துவிடு. இதுதானே குறிக்கோள்!

நூறு சதவீதம் கொடுப்பது, அந்த நேரம் அதுமட்டும்தான் முக்கியம். வேறு எதுவுமே கவனத்தில்கூட இல்லை. இது மட்டும்தான் என்கிற தீவிரம்.

அவர் பெயர் எம்.வி.கோபிநாத். பொறியியல் படிப்புப் படித்தவர். டி.வி.எஸ். நிறுவனத்தில் வேலைசெய்துவிட்டு, பின்பு தானே ஒரு பயிற்சி நிறுவனத்தையும் தொடங்கியவர். நிறுவனத்தின் பெயர் 'நியூ டே இந்தியா.' அவர் ஹெச்.ஏ.எல். குடியிருப்பில் இருக்கும் சில பள்ளிகளின் ஆசிரியைகளுக்கு, ஒரு வகுப்பு எடுப்பதற்கு ஒப்புக்கொண்டார். ஒப்புக்கொண்டது மூன்று மாதங்களுக்கு முன்பாக. சொன்ன நாள் சொன்ன நேரத்துக்கு வகுப்பெடுக்க போய்விட்டார். மொத்தம் 120 ஆசிரியைகள். 'ஒரு சிறந்த ஆசிரியராக ஆவது எப்படி?' (How to be an Effective Teacher) என்பது தலைப்பு.

காலையில் வழக்கம்போல ஒன்பதரை மணிக்குத் தொடங்கி விட்டார். வகுப்பு ஆரம்பித்ததிலிருந்து, நடந்துகொண்டே வகுப்பெடுத்தார். அப்படித்தான் அவர் வகுப்பு எடுப்பது வழக்கம். கலகலப்பாகவும் பயனுள்ளதாகவும் போனது பயிற்சிவகுப்பு.

முடியப்போகும் நேரம், கொஞ்சம் சிரமமாக இருக்கிறதென்று, தனது 'கோட்'டைக் கழற்றினார்.

சுற்றியிருந்த ஆசிரியைகள் கிட்டத்தட்ட அலறியே விட்டார்கள். காரணம், அவர் உள்ளே அணிந்திருந்த நீல நிறச் சட்டை முழுவதும் வேர்வையில் தொப்பலாக நனைந்திருந்தது.

அதுவோ ஓர் ஏ.சி. அறை. அவருக்கு எப்படி வியர்க்கிறது? அவர்கள் யாருக்கும் புரியவில்லை. கோபிநாத் அதைப்பற்றி அதிகம் பேசவில்லை.

வகுப்பை முடித்த பிறகு தனது செல்பேசியில் மருத்துவரைத் தொடர்புகொண்டார். மருத்துவர் தகவல் அறிந்ததும் கத்தினார். 'என்ன கோபிநாத்! என்ன நீங்க? 'ஓபன் ஹார்ட்' இதய அறுவை சிகிச்சை முடிந்து 28 நாளுதான் ஆச்சு. அதுக்குள்ள அப்படி யென்ன தலைபோகிற வேலை? அதுவும் நாள் முழுக்க நின்னுக்கிட்டு வேலை செய்யலாமா நீங்கள்?'

'என்ன சார் செய்யுறது? வர்றேனு ஏற்கெனவே வாக்கு கொடுத்துட்டனே?'

உடல்நிலையை மறந்துவிட்டு கட்டாயம் வேலை செய்ய வேண்டும் என்று போதிப்பதல்ல இந்தக் கதையின் நோக்கம். சொன்ன வாக்கைக் காப்பாற்ற எப்பாடுபட்டாவது முயலவேண்டும் என்பதை வலியுறுத்துகிறது கோபிநாத்தின் செயல்.

ரவிராஜன். ஒரு தொழில்முனைவோர். அம்பத்தூரில் வெல்டிங் எலெக்ரோட்ஸ் உற்பத்தி செய்பவர். நாள் ஒன்றுக்கு 18 மணி நேரம் வேலை செய்யத் தயங்காதவர். அதனால் உடம்பைக் கவனிக்க முடியவில்லை. எடை அதிகரித்துவிட்டது. ஒரு கட்டத்தில் 95 கிலோவைத் தொட்டுவிட்டார். நடந்தால் மூச்சு வாங்குகிறது. மருத்துவர் சொன்னார், 'அரிசியைக் குறையுங்கள். தினசரி 45 நிமிடங்கள் வேகமாக நடக்க வேண்டும்.' எத்தனையோ நபர்களுக்குச் சொன்னதுபோல சாதாரணமாகத் தான் அந்த மருத்துவர் ரவிராஜனுக்கும் சொன்னார். கூடவே இன்னொன்றும் சொன்னார். 'உங்களுக்கு உங்கள் மனைவி மக்கள் மீது உண்மையில் அக்கறை இருந்தால், நான் சொன்னதைச் செய்யுங்கள்.'

அவ்வளவுதான். அந்த ஒரு வார்த்தை சுறுக்கென்று குத்தியது. அதன் பிறகு ரவிராஜனின் உணவுப் பழக்கமே மாறிவிட்டது. காலையில் ஒரு டம்ளர் வெந்நீர் மட்டும் அருந்திவிட்டு 'நடைப்பயிற்சி' போய்விடுவார். வீடு திரும்பி கொஞ்சம் சோயாபால். அதன் பின் ஒரு ஆப்பிள் அல்லது மாதுளம்பழம். நண்பகல் நீர் மோர். மதியம் ஓட்ஸ் கஞ்சி மற்றும் வேகவைத்தக் காய்கறிகள். மாலை கொஞ்சம் பொட்டுக்கடலை. இரவு இரண்டு சப்பாத்தி மற்றும் வேகவைத்த காய்கள்.

புது வாழ்க்கை வாழ ஆரம்பித்தார் ரவிராஜன்.

'நாலுநாளைக்கு இப்படிச் செய்யலாம். தினமும் இப்படிச் செய்ய முடியுமா? அதன்பின் பழைய நிலைக்கு வந்துவிடுவார்' என்றது நண்பர்கள் வட்டம். ஆனால், அவர் எதைப் பற்றியும் கவலைப்படவில்லை. நடைபயிற்சியைத் தொடர்ந்து செய்தார். உணவையும் தீர்மானித்தது போலவே சாப்பிட்டார். சோற்றையே கண்ணில் காட்டவில்லை.

முதல் 30 நாள்களில் மனிதர் 7 கிலோ குறைந்துவிட்டார். மேலும் பத்து நாள்கள் போயின. ரவிராஜனின் எடை 84-க்கு வந்து விட்டது.

செய்ய வேண்டும் என்று தனக்குத்தானே கொடுத்துகொண்ட வாக்குறுதி. அதை மீறுவதில்லை என்ற தீர்மானமான முடிவு. இதுதான் ரவிராஜனை இயக்கியது. மீறுவது சுலபம். நமக்கு சொல்லிக்கொண்டதுதானே! அடுத்தவருக்கா பதில் சொல்லப் போகிறோம்?

ரவிராஜன் சாப்பிடுவதை மாற்றிகொண்டார், தன் உடல் நலத்துக் காக. இன்னொருவரும் சாப்பாட்டைக் குறைத்தார். காரணம், வித்தியாசமானது! அவர் பெயர் வான் டையர் (Dr.Wayne W.Dyer)

வான் டையர். மிகச் சிறந்த எழுத்தாளர். அமெரிக்காவின் மிகச்சிறந்தப் பேச்சாளரும்கூட. மாணவர்கள், வாழ்க்கையில் தோற்றுப்போனவர்கள் ஆகியோர் இவர் பேச்சைக் கேட்டால் உடனே வாழ்க்கை மீதான பயங்களை புறம்தள்ளி புது மனிதனாவார்கள்.

இவர் பிறந்தவுடனேயே தந்தையால் கைவிடப்பட்டவர். அவர் குடும்பத்தில் யாரும் கல்லூரிக்குப் போனதில்லை. வறுமை. சாப்பாட்டுக்கே சிரமமான சூழல்.

வான் டையருக்குப் படிப்பு முக்கியம் என்று தெரிந்துவிட்டது. எப்படியும் கல்லூரிப் படிப்பைப் படித்து முடித்தாக வேண்டும் என்று முடிவு செய்தார்.

கல்லூரிப்படிப்புப் படிக்க நிறைய காசு வேண்டும். கையில் ஒரு பைசா இல்லை. ஆனால் படித்தாகவேண்டும் என்பது அவ ருடைய வைராக்கியம். வேலைக்குப் போனார். சம்பளம் கிடைத்தது. அந்தப் பணத்தில், ஒரு பகுதியை உணவுக்கும் மற்ற தேவைகளுக்கும் ஒதுக்கினார். இன்னொரு பகுதியைப் படிப்புச் செலவுக்காக வைத்துக் கொண்டார்.

வருமானமோ குறைவாக இருந்தது. அந்த வருமானத்தில் எப்படிச் சேமித்து, எப்போது கல்லூரியில் சேருவது? இதுதான் அவரைச் சுற்றியிருந்தவர்களின் கேள்வியாக இருந்தது. ஆனால் படித்தாக வேண்டிய சூழல். அதனால் தனது வருமானத்தில் 90 சதவிகிதத்தினை சேமித்தார். மீதம் 10 சதவிகித வருமானத்தில் தான் சாப்பிடுவது, மற்ற வேலைகளைச் செய்வது எல்லாம்.

இப்படியே 18 மாதங்கள் உழைத்தார். சம்பாதித்தார். சேமித்தார். நான்கு வருடக் கல்விக் கட்டணத்துக்குத் தேவையான பணம் சேர்ந்த பிறகு, வேலையை விட்டார். கல்லூரியில் சேர்ந்தார்.

முக்கியம் என்று முடிவு செய்துவிட்டால், அதற்காக எதையும் விட்டுக்கொடுக்கத் தயார். அதுதான் முக்கியம். அதைச் செய் வதற்காக மற்ற எதையும் தியாகம் செய்யலாம். உணவைக்கூட துறக்கலாம். இது வான் டையர் பாணி.

அப்போது வான் டையர் ஒரு பல்கலைக்கழகத்தில் பேராசிரியராக வேலை செய்துவந்தார். அவருக்குப் பேராசிரியர் வேலை பிடிக்கவில்லை. ஆனாலும் செய்துகொண்டிருந்தார். வாழ்க்கை அப்படியே போய்க் கொண்டிருந்தது. பலரையும் சென்றடைந்து பயனளிக்கிற சிறந்த சொற்பொழிவுகளை நிகழ்த்தவேண்டும் என்பதில் அவருக்கு ஆர்வம் இருந்தது. ஆனால் அதை நடை முறைப்படுத்த அவர் எந்த நடவடிக்கையும் எடுக்கவில்லை. அதாவது, அதுதான் தனக்கு முக்கியம் என்று அவர் முடிவு செய்யவில்லை. அதனால் அவர் பேராசிரியராகவே காலத்தைக் கழித்து வந்தார்.

ஒரு நாள் யோசித்தார். 'ஏன் இப்படியிருக்கிறேன்? எது எனக்கு நன்றாக வரும்? எதைச் செய்தால், உயரத்துக்குப் போகலாம்? சொற்பொழிவுதான் என்னை வாழ்க்கையில் உயர்த்தும் என்பது எனக்கு நன்றாகத் தெரிகிறது. ஆனால் அதை ஏன் இன்னும் முழு நேரம் செய்யாமல் இருக்கிறேன்? அதை விட்டுவிட்டு, எதற்காக இன்னும் வேறு வேலைகளைச் செய்துகொண்டிருக்கிறேன்?'

நன்றாக யோசித்தார். பின் முடிவெடுத்தார். தன்னுடைய முழு நேர பல்கலைக்கழக வேலையை விட்டுவிட்டு, சொற்பொழிவு ஆற்றுவதை மட்டுமே முழு நேரத் தொழிலாகச் செய்வது என்பதுதான் அவர் எடுத்த அந்த முடிவு. அப்படி முடிவு செய்ததும், நேராகப் பல்கலைக்கழகத்தின் டீன் (Dean)

அறைக்குப் போனார். டீனிடம், தன்னுடைய வேலையை அப்போதே ராஜினாமா செய்வதாகத் தெரிவித்தார்.

அவர்களிடையே நடந்த உரையாடல் மிகவும் சுருக்கமானது.

'நான் மனப்பூர்வமாக எதைச் செய்ய விரும்புகிறேனோ, அதைச் செய்யப் போகிறேன். அதற்காகத்தான் என்னுடைய வேலையை ராஜினாமா செய்கிறேன்' என்றார் வான் டையர்.

'உங்கள் நண்பர்களுடனும் குடும்பத்தாருடனும் இதுபற்றி கலந்து பேசுங்கள். அவசரப்படாதீர்கள்' என்றார் பல்கலைக் கழகத்தின் டீன்.

'இல்லை. தீர்க்கமாக யோசித்து முடிவு செய்தாகிவிட்டது. இனி செய்யவேண்டியவை பற்றி மனத்திலே நடத்திப் பார்த்தும் விட்டேன். ஏற்கெனவே முடிவு செய்ததை, மனத்தில் நடத்திப் பார்த்ததை, இப்போது வெளியில் நிறைவேற்றுகிறேன். அவ்வளவுதான். இதில் மாற்றம் செய்வதற்கு ஏதும் இல்லை.'

'எழுதிப் பிழைப்பதும், பேசிப்பிழைப்பு நடத்துவதும் அவ்வளவு சுலபமில்லை' என்றெல்லாம் டீன் எடுத்துச் சொன்னார். எதுவும் வான் டையர் காதில் விழவில்லை. முடிவு செய்தது செய்தது தான் என்பதில் தீர்மானமாக இருந்தார்.

ராஜினாமா செய்வதாகச் சொல்லிவிட்டு சந்தோஷமாக வெளி யில் வந்தார். மனத்தில் இருந்த பாரம் காணாமல் போய்விட்டது. அதற்குப் பிறகு, அவர் வாழ்க்கையில் திரும்பிப் பார்க்கவே இல்லை. மனத்துக்கு உண்மையாகப் பிடித்ததை, எதில் தன்னுடைய நிஜமான பலம் இருக்கிறதோ, அதைச் செய்யும் போது எப்படி வெற்றி வராமல் போகும்?

அவர் எழுதிய 'யுவர் எரோனியஸ் ஜோன்ஸ்' (Your Erroneous Zones) என்கிற புத்தகத்துக்கு மாபெரும் வெற்றி கிடைத்தது. வான் டையர் எழுதிய அந்தப் புத்தகம் தான், 1970 முதல் 1980 வரை அமெரிக்காவில் மிக அதிகமாக விற்பனையான புத்தகம். 26 மொழிகளில் மொழிமாற்றம் செய்யப்பட்ட புத்தகம். இது தவிர, இன்னும் பல சுயமுன்னேற்றப் புத்தகங்கள். ஆயிரக் கணக்கான சொற்பொழிவுகள். மொத்தத்தில் குன்றாத புகழ், அளப்பரிய பெருமை, குறையாத பணம், பெரும் செல்வாக்கு எல்லாம் அவரைத் தேடி வந்தன.

ராஜகோபால் என்று ஒரு நிறுவனத்தின் முதலாளி. ஒரு பயிற்சி வகுப்பின் முடிவில் மைக்கில் சொன்னார். 'நானும் பல வருடங்களாக முதியோர் விடுதி ஒன்று கட்ட வேண்டும் என்று நினைத்துக்கொண்டிருக்கிறேன். ஆனால் ஏனோ இன்னும் முடியவேயில்லை.'

'ஏன் இன்னும் முடியவில்லை? அது உங்கள் ஆசைதானே?'

'ஆமாம்.'

'ஆனாலும் ஏன் செய்யவில்லை?'

'தெரியவில்லை.'

'நானும் ஒரு கார் வாங்க வேண்டும்' என்று நினைப்பவர்கள், 'நானும் ஒரு வீடு வாங்க வேண்டும்' என்று நினைப்பவர்கள், 'நானும் CA, MBA படிக்க வேண்டும்' என்றெல்லாம் நினைப்பவர்கள் உண்டு. பலரும் நினைக்கிறார்கள். எல்லாம் நினைப்புகள்.

'IAS தேற வேண்டும்.' 'அமெரிக்கா போக வேண்டும்.' 'உடல் எடையைக் குறைக்க வேண்டும்.' ஆசைகள். அப்படியே இருக்கும் ஆசைகள்.

'இனி சிகரெட் பிடிக்கமாட்டேன்.' 'இனி மனைவியுடன் சண்டை போடமாட்டேன்.' 'இனி ஒழுங்காகப் படிப்பேன்.' 'இனி வீண் செலவுகளைக் குறைப்பேன்.' இனி.. இனி.. இனி..

இனி என்றாலே அங்கு ஒத்திவைப்பு தீர்மானம் வந்துவிடுகிறது. சரி, சரி, நாளை பார்த்துக்கொள்ளலாம் என்றே ஒவ்வொரு நாளும் நினைக்கிறோம்.

நிறைவேறிய ஆசைகளுக்கும், நிறைவேறாமல் நிலுவை யிலேயே இருக்கும் ஆசைகளுக்கும் இடையே இருக்கும் வேறுபாடு இதுதான். கமிட்மெண்ட். உறுதிபாடு. நாம் நினைப் பதை நம்மால் செயல்படுத்த முடியால் போவதற்குக் காரணம், 'கட்டாயம் செய்வேன்' என்கிற உறுதி இல்லாததுதான்.

நாம் செய்யும் தவறுகள் என்னென்ன, அந்தத் தவறுகளால் நேரும் பாதிப்புகள் என்னென்ன என்பதை இப்போது பார்ப்போம்.

எது முக்கியம்?

சார்லி சாப்ளினுக்குப் பல முறை திருமணம் நடந்தது. என்ன காரணம்? அவர் பலமுறை விவாகரத்து செய்ததால். பலமுறை திருமணம் செய்துகொண்டார். மனைவியைப் பிடிக்கவில்லை என்றால் உடனே விவாகரத்துதான். என்ன காரணம்? அவரால் மண வாழ்க்கையில் முழுமையாக ஈடுபடமுடியவில்லை.

ஆம். சாப்ளினின் கவனம் முழுவதும் திரைப்படங்கள் மீதே இருந்தது. திரைப்படங்கள்தான் முக்கியம் என்று இருந்ததால் அவரது திருமண வாழ்க்கை அடியோடு பாதிக்கப்பட்டது. சினிமாவில் வெற்றி பெறவேண்டும், சாதிக்கவேண்டும் என்பது அவரது தீவிரமான ஆசை. ஆகவே குடும்பத்தின்மீது கவனமின்றி இருந்தார். இது அவரது ஒவ்வொரு மனைவிக்கும் பிடிக்காமல் போனது. சாப்ளின் என்ன செய்திருக்கவேண்டும்? சினிமாதான் உயிர்மூச்சு என்றால் இல்லற வாழ்க்கையைத் தியாகம் செய்திருக்கவேண்டும்.

துணைவியும் வேண்டும். அதேசமயம் அத்தனை மணித் துளிகளும் சினிமாவுக்கே எனும்போது, சிக்கல் நேருகிறது. ஒன்றுக்கு விசுவாசமாகவும் இன்னொன்றுக்கு துரோகமும் விளைக்கும்போது உறவு பிரிய நேருகிறது.

விருதுகள், பதவிகள், செல்வம். அல்லது மானம், நற்பெயர், நேர்மை, விடுதலை இப்படி சில.

'என்னால் முடிந்தது எல்லாவற்றையும் செய்வேன். என்னால் எது முடியுமோ அதை மட்டுமே செய்வேன்' என்கிற சித்தாந்தம்தான் கடமையுணர்ச்சியின் அடிப்படை.

எதையும் விட்டுக் கொடுக்கத் தயார்

காதலிப்பவர்களைக் காட்டிலும் இதற்குச் சிறந்த உதாரணம் என்ன சொல்லமுடியும்?

'என் சொத்தில் ஒரு பைசா கூட உனக்குக் கிடையாதுடா'

'பரவாயில்லையப்பா'

விட்டுவிடுகிறார்கள். காதலுக்காக லட்சக்கணக்கில் என்ன சிலர் கோடிகளில்கூட விட்டுக்கொடுக்கிறார்கள். காதல் என்றால்

அவர்களுக்குக் கடவுள் மாதிரி. அத்தனை அர்ப்பணிப்பு உணர்வோடு அதற்குக் காவல் காக்கிறார்கள்.

கணவன் மனைவி. பிள்ளை பிறக்கவில்லை. வாய்ப்பில்லை என்று சொல்லுகிறார் மருத்துவர். மேலும் விசாரிக்கிறார்கள். மனைவி பக்கம் குறைபாடு. கணவனுக்குக் குழந்தைகள் என்றால் கொள்ளைப் பிரியம். தனக்கு என்று ஒரு வாரிசு இனிமேல் உருவாக வாய்ப்பில்லை என்றவுடன் துவண்டு போகிறார்.

கணவன் வீட்டிலிருந்து வேறு திருமணம் என்கிற பேச்சு வருகிறது.

முடியவே முடியாது என்று மறுக்கிறார் கணவன். திருமணம் என்கிற பந்தத்தின் மீது அவருக்கு இருக்கிற தீவிரமான எண்ணம். ஒரு வாழ்க்கை- ஒரு துணைவிதான் என்கிற தீர்மானம் அவரிடம். மேலும் ஒருவேளை குறை தன்மீது இருந்திருந்தால் சமூகம் தன் மனைவிக்கு இன்னொரு திருமணம் செய்து வைத்திருக்குமா என்கிற கேள்வியையும் எழுப்புகிறார்.

குழந்தை இல்லாத ஒரு குறைக்காக, என்னை நம்பி வந்த என் மனைவியை கைவிடமுடியாது என்று எல்லார் தரப்பு விருப்பங்கள், ஆலோசனைகளையும் ஒதுக்கிவிடுகிறார்.

இழப்பு உண்டு என்று தெரிந்தபோதும் ஒரு கொள்கை முடிவோடு இருப்பவர்களை காலம் என்றென்றைக்கும் பாராட்டிக்கொண்டிருக்கும்.

நேர்மை

ஒரு சிற்பி. கல்லில் சிற்பம் செதுக்கிக்கொண்டிருக்கிறார். அவர் வடிப்பது ஒரு தெய்வத்தின் சிலையை. சிலை நல்ல உயரம். பத்துப் பன்னிரண்டு அடி இருக்கும். தரையில் படுக்க வைக்கப்பட்டிருந்த நிலையில் அந்தச் சிலை செய்யும் வேலை பெரும்பாலும் முடிவடையும் தறுவாயில் இருந்தது.

அந்தச் சிலைக்கு அருகிலேயே இன்னொரு சிலையும் இருந்தது. அந்தச் சிலை அப்படியே தத்ரூபமாகச் சிற்பி வேலை செய்து கொண்டிருந்த சிலையைப் போன்றே இருந்தது. வேடிக்கை பார்த்தவர் கேட்டார், 'அய்யா, அற்புதமாக செய்கிறீர்கள். ஒரு சிலையை செய்துமுடிக்க சுமாராக எவ்வளவு காலமாகும்?'

'இரண்டு மாதங்கள் வரை ஆகும்.'

'அடேயப்பா! ஒரு சிலை செய்யவே இரண்டு மாதங்களா? மொத்தம் இரண்டு சிலைகள்தான் தேவையா அல்லது கூடுதல் எண்ணிக்கையில் தேவைப்படுகிறதா?'

சிற்பி நிமிர்ந்து பார்த்தார். 'தேவை ஒரு சிலைதான்.' மீண்டும் செதுக்க ஆரம்பித்தார்.

'அப்படி என்றால், ஒரு சிலையைச் செய்து முடித்த பின்னும் ஏன் இன்னொரு சிலையைச் செய்கிறீர்கள்?'

தரையில் கிடக்கும் சிலையைப் பார்த்தபடிச் சொன்னார். 'அதில் ஒரு தவறு நிகழ்ந்துவிட்டது. அதனால் இன்னொன்று செய்கிறேன்.'

'தவறா?' வந்தவர் சிலையைச் சுற்றி வந்து குனிந்து பார்த்தார். உற்றுப் பார்த்தார். பின்பு உதட்டைப் பிதுக்கியபடி, 'எனக்கு ஒன்றும் தெரியவில்லையே? சிலை மிகவும் அற்புதமாகத்தானே இருக்கிறது?' என்றார்.

'சிலையின் காதுக்குப் பின்னால் பாருங்கள்.' பார்த்தார். 'ஆமாம். ஒரு சின்னக் கீறல் இருக்கிறது.'

'அதனால்தான்.. அதை விட்டுவிட்டு வேறு ஒன்று செய்கிறேன்.'

அவருக்கு ஆச்சரியம் தாங்கவில்லை. 'கீறல் இருப்பது உண்மைதான். ஆனால், சின்ன கீறலாகத்தானே இருக்கிறது. இதற்காகவா இரண்டுமாதம் செலவழித்து, மெனக்கெட்டு இன்னொரு சிலை செய்கிறீர்கள்? சரி. சிலையை எங்கே வைக்கப்போகிறீர்கள்?'

'அதோ தெரிகிறதே அந்தக் குன்றின் மேல்.'

'கீழே இருந்துதானே யாரும் தரிசிக்க முடியும்! அப்படிப் பார்க்கையில் அந்தக் கீறல் யாருக்குத் தெரியும்?.'

அந்தச் சிற்பி சொன்ன பதில் என்ன தெரியுமா? 'எனக்குத் தெரியுமே!'

வாஸ்தவம்தான். காதுக்குப் பின்னால் உள்ள குறையை யார் கண்டுபிடிக்கப் போகிறார்கள். ஆனால் தொழில் நேர்த்தி என்று

ஒன்று இருக்கிறதல்லவா. வேலையில் நூறு சதவிகித அர்ப்பணிப்பு காண்பிக்கவேண்டும் என்பது சிற்பியின் எண்ணம். கொள்கை. அதற்கு நேர்மாறான ஒரு செயலை எவ்வாறு செய்ய முடியும்? அவர் தன் விருப்பத்துக்காக வேலை செய்கிறார். அவரைப் பொறுத்தவரை அவர் செய்த சிலையில் ஒரு தவறு இருக்கிறது. அதைப் போக்குவது அவரது தலையாய கடமை.

ஒன்றை யோசித்து அதுதான் வேண்டும் என்றால், அது சுலபமாக கிடைக்காமல் போகலாம். உடல் உழைப்பு, மன உளைச்சல், அவமானம், பணநட்டம் என்று பலவிதங்களிலும் அது விலை கேட்கும். கடமையுணர்ச்சி உள்ளவர்கள் கொஞ்சமும் தயங்காமல், ஏன் சந்தோஷமாக்கூட இழப்புகளையும் தாண்டி செய்துமுடிப்பார்கள்.

அவர்களுக்கு அவை சிரமமாகவே தெரியாது. அதில் சமரசம் என்பதே கிடையாது. என்ன ஆனாலும் சரி. எதை இழக்க வேண்டி வந்தாலும் சரி. தங்கள் கொள்கையை விட்டு கொடுக்கவே மாட்டார்கள்.

தீவிரவாதிகள்கூட அதிகம் கமிட் ஆனவர்கள்தான். அதனால்தான் அவர்கள் எடுத்துக்கொண்டதை முடிக்கிறார்கள். என்ன ஆனாலும் விடுவதில்லை. எதையும், உயிர் உள்பட தியாகம் செய்யத் தயாராக இருக்கிறார்கள். கொடுத்த வேலையைச் செவ்வனே முடிக்கும் கடமையுணர்வு, பொறுப்புணர்ச்சி ஆகியவற்றை நாம் இவர்களிடமிருந்தும் கற்றுக்கொள்ளலாம்.

3. மாற்று ஏற்பாடே கூடாது

எடுத்த வேலையில் எப்போது பொறுப்பும் அர்ப்பணிப்பும் வரும்?

இனி அதுமட்டும்தான், அதை விட்டுவிட்டால் மாற்று ஏற்பாடே இல்லை என்கிற நிலை இருந்தால் மட்டுமே வேலையில் தீவிரத்தைக் காட்டுவோம்.

பன்னிரண்டாம் வகுப்பில் மட்டும் மாணவர்கள் மாங்கு மாங்கு என்று படிக்கிறார்கள்? பன்னிரண்டாம் வகுப்புப் பாடங்களை மட்டும் ஏன் ஆசிரியர்கள் பதினொன்றாம் வகுப்பிலிருந்து நடத்துகிறார்கள்.

பன்னிரண்டாம் வகுப்பில் ஒரு மாணவன் எடுக்கும் மதிப் பெண்ணை வைத்துத்தான் அவனுடைய எதிர்காலம் நிர்ணயிக்கப் படுகிறது. ஆகவே அதில் தோல்வி அடைந்துவிட்டால் பிறகு எதிர்காலம் கேள்விக்குறியாகிவிடும். இதனால்தான் பன்னிரண் டாம் வகுப்புத் தேர்வு அதிமுக்கியமாகப் படுகிறது.

வெற்றி அல்லது தோல்வி. இரண்டில் ஒன்றுதான் சாத்தியம். பூ அல்லது தலை மாதிரி. Do or Die. கிரிக்கெட் மொழியில் 'ஹிட் அவுட்' அல்லது 'கெட் அவுட்.

வெற்றி மட்டுமே எனக்குச் சாத்தியம். அது எப்படிக் கிடைக்காமல் போகும். அதைத் தவிர வேறு எதையும் நான் ஏற்கமாட்டேன் என்கிற வேகம். அதை மட்டுமே எதிர்பார்க்கிற அணுகுமுறை. அதை மட்டுமே குறியாக நினைக்கிற, ஒற்றைச் சிந்தனை. இதை மட்டும் எப்பொழுதும் விடக்கூடாது.

படை புறப்பட்டது. சிறிய படைதான். மொத்தம் 20 பேர் இருந்தால் அதிகம். அருகில் இருக்கும் ஒரு தீவில் போய்ப் போரிட வேண்டும். அந்தத் தீவில் இருப்பவர்கள் முரட்டுத் தனமானவர்கள், அதிக வலுவுள்ளவர்கள் என்பது கிடைத்தத் தகவல். அவர்களை அழிப்பது, அந்தப் படைவீரர்களின் தாய்நாட்டுக்கு முக்கியம்.

தீவை அடைந்துவிட்டார்கள். போகும் வழியெல்லாம் அந்தத் தீவின் பயங்கரம் பற்றிக் கேள்விப்பட்டிருந்த சில படைவீரர்கள், அதை மற்றவர்களுக்கும் சொன்னார்கள். அவர்களுடன் அதே படகில் வந்த படைத்தளபதி, படைவீரர்கள் இப்படியாக தங்களுக்குள் பேசிக்கொள்வதைக் கவனித்தார். அது மிக ஆழமான கடல். நிறைய திமிங்கிலங்கள் வேறு இருந்தன.

இருட்டில் போய் இறங்கினார்கள். அன்று இரவே படைத் தளபதி ஒருவேலை செய்தார். வெற்றிக்கு அது மிக அவசியம் என்று நினைத்தார். அந்த வேலை, அவர்கள் வந்த படகை எரித்து விட்டதுதான். 'அய்யய்யோ! ஏறிவந்த படகு எரிந்துவிட்டதா? இனி தப்பித்துப்போக வழியேயில்லையா?'

அலறினார்கள் சிலர். 'ஏன் இல்லை. தீவில் இருப்பவர்களை வென்றுவிட்டால் அவர்களின் படகுகளில் ஏறித் திரும்பிப் போகலாமே!' என்று சொன்னார் படைத்தளபதி. வேறு வழியேயில்லை. ஜெயித்துத்தான் ஆகவேண்டும். இப்படி ஒரு நிலை. அந்தத் தீவில் நடந்த போரில் அவர்கள் ஜெயித்தார்கள்.

மனத்துக்கும் உடம்புக்கும் அந்தச் சக்தி உண்டு. ஜீவ மரணப் போராட்டம். அதற்கு மாபெரும் சக்தி உண்டு. ஒவ்வொரு வருக்கும் உயிர் ஒன்றல்ல. இரண்டு என்று ஆகிவிட்டது என்று வைத்துக்கொண்டால், உயிருக்கான போராட்டம் இவ்வளவு தீவிரமாக இருக்குமா? அவ்வளவு ஏன்? கிரிக்கெட் பந்தயத்தில் ஒவ்வொரு வீரரும் இரண்டுமுறை அவுட் ஆகலாம் என்று விதி மாற்றி அமைக்கப்பட்டால், அவுட் ஆகாமல் ஆடவேண்டும் என்ற தீவிரம் வருமா?

Burn the Bridges. வந்த வழியை ஒழித்துவிடு. அதாவது, ஒரு காரியத்தில் இறங்கிய பிறகு, பயந்து திரும்பி ஓட வழி இருக்கக் கூடாது. அதற்குப் பிறகு பார்க்கவேண்டுமே வீரத்தை.

அவர் பெயர் கணேஷ். ஒரு பெரிய தொழிற்சாலையில் வேலை செய்பவர். மிகவும் கண்டிப்பானவர். அவருக்கு இரண்டு மகன்கள். ஒரு நாள் மூத்த மகன் பிரசாத் அவருடன் தனியாகப் பேச வேண்டும் என்றான். நேரம் கொடுத்தார். தான் ஒரு பெண்ணைக் காதலிப்பதாகவும் அந்தப் பெண்ணைத் திருமணம் செய்துகொள்ள விரும்புவதாகவும் சொன்னான். 'பெண் யார்?' என்று கேட்டார் அப்பா. சொன்னான்.

அவர்கள் குடும்பத்துக்குப் பழக்கமான பெண்தான். நல்ல பெண். ஆனாலும் அவருக்குச் சம்மதமில்லை. காரணம், அந்தப் பெண் வேறு ஜாதி. பொறுமையாகக் கேட்டார், 'நாங்கள் (அம்மாவும் அப்பாவும்) ஒப்புக்கொள்ளவில்லை என்றால் நீ என்ன செய்வாய்?'

மகன் சொன்னான், 'அப்பா, உங்கள் சம்மதத்துக்காகக் காத்திருப் போம்.'

'சம்மதம் கிடைக்காது. பிறகு?'

'சம்மதம் கிடைக்கும்வரை காத்திருப்போம்.'

'எவ்வளவு நாள்?'

'எவ்வளவு வருடங்கள் ஆனாலும்.'

அந்தத் திருமணம், அதே ஆண்டு ஜாம் ஜாம் என்று சென்னையில் நடந்தது.

'அவன், அவ்வளவு தீர்மானமாக இருந்ததைப் பார்த்துவிட்டு, வேறு வழியே இல்லை என்று சம்மதித்துவிட்டேன். எங்கள் மகனின் மகிழ்ச்சியும் எங்களுக்கு முக்கியமல்லவா?' என்றார் மாப்பிள்ளையின் தந்தை.

பயிற்சி வகுப்பு. நடத்துபவர் சொல்கிறார். 'வகுப்பு முடியும் போது, நான் நடத்திய அத்தனைக்கும் 'நோட்ஸ்' கொடுத்து விடுகிறேன்.' அதற்குப் பிறகு, வகுப்பில் இருக்கும் பலர் அவர் சொல்லிக்கொடுப்பதைக் கவனிக்கவே மாட்டார்கள். 'அதான்

நோட்ஸ் தருவாரே! பார்த்துக்கொள்ளலாம், பின்பு படித்துக் கொள்ளலாம்' என்கிற நினைப்பு வந்துவிடும். தள்ளிப்போடும் குணம் தொற்றிக்கொண்டு விடும்.

'கோடி ரூபாய் சம்பாதிக்கும் ரகசியம் ஒன்று. அதை ஒரு முறைதான் சொல்லுவேன். மீண்டும் சொல்லமாட்டேன். வேறு எங்கேயும் கேட்கவும் முடியாது. சொல்லட்டுமா?'

இப்படி ஒருவர் சொன்னால், அதை எப்படிக் கேட்பார்கள்?

'கொஞ்சம் இருங்க சார். டேய் கத்தாதடா! சார் சொல்றது காதுல விழாமப் போயிடப் போவுது' என்று சத்தம் போடுபவர்களை ஒரு அதட்டு அதட்டிவிட்டு, நோட்டுப் புத்தகத்தைத் திறந்து வைத்துக்கொண்டு, 'சரி சார். இப்ப சொல்லுங்க' தலையை முன்னால் நீட்டி, கூர்மையாகக் கவனித்தபடி எழுதத் தயாராக இருப்பார்களா, இருக்க மாட்டார்களா?

அப்படிப்பட்ட 'வேறுவழியே இல்லை' என்கிற நினைப்பு வந்துவிட்டால், கண்கள், காதுகள் எல்லாம் அகலத் திறந்து கொள்ளும். மனம் விழித்துக்கொள்ளும். உடல் பரபரக்கும். வேகம் பிறக்கும். இதில் வெற்றியைத் தவிர வேறு முடிவே கிடையாது.

விரும்புகிற ஒன்றை முடிவுசெய்த பின், தன் பலத்தைத் தேர்ந்தெடுத்து, அதுதான் இனி முக்கியம் என்று தீர்மானித்த பின் மற்ற விஷயங்களில் கவனம் செலுத்துவதை, அவையும் முக்கியம் என்று நினைப்பதை விட்டுவிடவேண்டும்.

இந்திரா நூயி. சென்னையில் படித்த பெண்மணி. இப்போது அமெரிக்காவில், நூறு நாடுகளுக்கும் மேல் இயங்கும் பெப்ஸி என்ற பன்னாட்டு நிறுவனத்தின் முதன்மைத் தலைமை அதிகாரி. அவர்தான் அங்கே நம்பர் ஒன். 2007, செப்டெம்பர். நூயி, அந்த சி.இ.ஓ. (CEO) பொறுப்பை ஏற்று இரண்டு வருடம் ஆகிவிட்டது. அந்த ஒரு வருடத்தில் பெப்ஸி நிறுவனம் சிறப்பாகச் செயல்பட்டது. அதன் சரித்திரத்திலேயே இல்லாத அளவுக்கு அந்நிறுவனத்தின் பங்கு விலை 74 டாலர் அளவுக்கு உயர்ந்தது. அவரிடம் கேட்டார்கள், 'எப்படி, உங்களால் இப்படி, கார்ப்பரேட் ஏணியில் தொடர்ந்து மேலே போகமுடிகிறது?'

நூயி சொன்னார்: 'மேலே ஏறிக்கொண்டிருக்கிறேன். தவறி விழுந்தால், தாங்கிப் பிடிக்க ஆளில்லை என்பது தெரியும்.

அதாவது கீழே வலை இல்லை. அந்த நினைப்புத்தான் என்னை மேலே செலுத்துகிறது. தவறினால் போயிற்று. அடுத்த பஸ் பிடித்து ஊருக்குத் திரும்பவேண்டியதுதான்.'

சொன்னது யார்? உலகின் டாப் 50 பெண்களுக்குள் இருக்கும் பெண்மணி!

லெஸ் பிரவுன் என்று ஒரு வெற்றியாளர். அவருடைய வாழ்க்கையும் மிக மிகச் சாதாரணமாகத்தான் ஆரம்பித்தது. பெற்றோரால் கைவிடப்பட்டவர். படிக்கவில்லை. அமெரிக்கா வில் வாழ்ந்தார். கழிப்பறைகள் சுத்தம் செய்கிற (Sanitary Boy) வேலைகள் செய்துகொண்டிருந்தார். அவர் வீட்டுக்கு அருகில் ஒரு வானொலி நிலையம் இருந்தது. அங்கே எப்படியாவது வேலை வாங்கிவிட வேண்டும் என்பது அவரது திட்டம்.

ஒரு நாள், சுத்தமாக உடுத்திக்கொண்டு, அந்த வானொலி நிலையத்துக்குப் போனார். அங்கே பட்டர் பால் என்று ஒரு அதிகாரி. அவர்தான் நிலைய அதிகாரி. அவரைத்தான் பார்க்க வேண்டும் என்றார்கள். பார்த்தார்.

'வேலை ஏதாவது இருக்கிறதா?'

'உனக்கு ரேடியோவில் வேலை செய்த அனுபவம் ஏதாவது இருக்கிறதா?'

'இல்லை.'

'பத்திரிகை அனுபவம்.'

'இல்லை.'

'மன்னிக்கவும். உனக்குத் தருவதற்கு இங்கு வேலை எதுவும் இல்லை.'

பவ்யமாக, 'நன்றி' என்று சொல்லிவிட்டு, திரும்பிப் போய்விட்டார் லெஸ்பிரவுன்.

அடுத்த நாள். மீண்டும் வானொலி நிலையத்துக்குப் போனார். பட்டர் பால் எதிரில் போய் நின்றார்.

'அய்யா! வேலை ஏதாவது இருக்கிறதா?'

'என்ன இது? நேற்றுத்தானே சொன்னேன்.'

'இன்று ஏதாவது காலியாகி இருக்குமோ என்று பார்ப்பதற்காக வந்தேன்.'

'இல்லை.'

'நன்றி அய்யா.' அதே பவ்யம். போய்விட்டார் லெஸ்பிரவுன்.

அடுத்தடுத்த நாள்களிலும் இப்படியே வந்து வந்து வேலை கேட்டார். கேட்பதில் ஒரு மரியாதைத் தொனி இருந்தது. காத்திருந்து பொறுமையாகக் கேட்டுவிட்டுப் போனார். இது ஒரு வாரத்துக்கும் மேல் தொடர்ந்தது.

ஒரு நாள். லெஸ்பிரவுனைப் பார்த்து, பட்டர் பால், கேட்டார்: 'சரி. எனக்கு ஒரு சாப்பாடு வாங்கி வருகிறாயா?'

'ஓ! நிச்சயமாக.'

அடுத்த நாள் லெஸ்பிரவுனுக்கு அங்கே ஒரு வேலை கொடுக்கப் பட்டது.

தொடர்ந்து பணிவாகக் கேட்பவர்களை உதாசீனப்படுத்துவது, பட்டர்பாலுக்கு மட்டுமல்ல, யாருக்குமே கடினமான காரியம் தான். எனக்கு இது முக்கியம் என்பதை, வாய் வார்த்தைகளாக இல்லை, செயலால் செய்து காட்டுவது. அதையே எரிச்சல் வராத வண்ணம் மரியாதையோடு, பவ்யமாகப் பணிவாகச் செய்வது. இப்படிச் செய்பவர்களுக்கு, வெற்றியைத் தவிர வேறு என்ன கிடைக்கும்? லெஸ் பிரவுனுக்கு அங்கே ஒரு வேலை கொடுக்கப் பட்டது. சாதாரண வேலைதான். ஆனாலும் லெஸ்பிரவுன் அங்கே ஒரு வேலை வாங்கிவிட்டார். ஒட்டகம் கூடாரத்துக்குள் தலையை நுழைத்து விட்டது.

லெஸ் பிரவுன் ஒரு நிறுவனத்தில் சேர ஆசைப்பட்டதுபோல, பலரும் பலவற்றுக்கும் ஆசைப்படுகிறார்கள்தான். எல் லோருக்கும் தேவைப்படுவது எல்லாமும் கிடைத்துவிடுகிறதா என்ன? ஆனால் லெஸ் பிரவுன் போன்ற சிலர் இப்படி வேலையில் சேர்த்துகொள்ளப்படுவதற்கு என்ன காரணம்?

'சேராமல் விடுவதில்லை. வேறு மாற்றே இல்லை' என்று தீர்மானமாக முயன்றதுதான் காரணம். எத்தனை முறை மறுத்தாலும் திரும்பத்திரும்ப வேலையில் சேருவது ஒன்றுதான் குறி என்று லெஸ் பிரவுன் திரும்பத்திரும்பப் படை

எடுத்ததுதான் காரணம். காதலித்த பெண்ணைத் தவிர வேறு எந்தப் பெண்ணையும் திருமணம் செய்ய மாட்டேன் என்று வாலிபர் இருந்ததுபோல, லெஸ் பிரவுனும் தன் குறிக்கோளில் உறுதியாக இருந்திருக்கிறார்.

எல்லாம் சரி. 'வேண்டுவது கிடைக்கும் வரை விடாமல் அதையே தேடு. அதற்காகவே முயற்சி செய்' என்று அவர்களுக்குச் சொல்வது யார்? இது வேண்டும். இதுதான் வேண்டும், இது கட்டாயம் வேண்டும் என்று கமிட்மெண்ட் இருக்கும் ஒருவரால் மட்டும் எப்படி அப்படித் தொடர்ந்து முயற்சிக்க முடிகிறது? அவருக்கு மட்டும் எங்கிருந்து அவ்வளவு சக்தி வருகிறது?

4. தனித்திறமை

மனிதர்களில் பல வகையினர் உண்டு. அவர்களது தேவைகளை வைத்து அவர்களை இரண்டு பெரும் பிரிவுகளாகப் பிரிக்கலாம்.

'போதும் என்ற மனமே பொன் செய்யும் மருந்து' என்று இருப்ப வர்கள். 'பொறுப்புகள் வேண்டாம், பிரச்னைகள் வேண்டாம், அதனுடன் கூட வரும் வாய்ப்புகளும் வேண்டாம்' என்று எண்ணுபவர்கள். குடும்பம், சினேகிதம், ரசித்தல், அனுபவித்தல் என்று வாழ்க்கையை மெல்லிசைபோலப் பார்ப்பவர்கள்.

'என்னிடம் பல திறமைகள் இருக்கின்றன. அவை இன்னும் சரியாக வெளிப்படவில்லை. அதை ஒரு நாள் உலகம் பார்க்கும். அன்றைக்குத் தெரியும் நான் யார் என்று. விடமாட்டேன். இப்போது சிரமப்பட்டால் என்ன? ரிஸ்க் எடுக்கத்தானே வேண்டும். எடுக்கிறேன். நிச்சயம் ஒரு நாள் ஜெயிப்பேன்' இப்படி வாழ்க்கையை ஒரு சவாலாக எடுத்துக்கொண்டு அதனை வெற்றிகொள்ளத் தயாராக இருப்பவர்கள், முன்னேற்றத்தை ஒரு சவாலாக எடுத்துக்கொண்டவர்கள் அடுத்த வகையினர்.

தனித்திறமை என்பது எல்லோருக்கும் வாய்த்துவிடாது. முதலில் தனக்கு விசேஷ திறமை இருப்பதை அறியவேண்டும்.

அறிந்தபிறகு அத்திறமையை நன்கு கூர்மைப்படுத்திக்கொள்ள வேண்டும். எல்லோரும் வியக்கும் வண்ணம் திறமை பளிச்சிட வேண்டும். வீடும் சமூகமும் இதற்குக் கடும் எதிர்ப்புத் தெரிவிக்கும். ஆனால் மனம் துடிக்கும். வேண்டாம். உன் திறமையை வீணடித்துவிடாதே. உனக்கென்று தனி வழி உண்டு. அதன் வழியில் செல். உனக்கு வெற்றி நிச்சயம் என்று உள்ளுணர்வு சொல்லும்.

முதலில் நம் திறமையைச் செயல்வடிவில் மாற்றவேண்டும். அடுத்தது ஊராருக்கு நம் திறமையின் மகத்துவத்தைப் புரிய வைக்கவேண்டும். அதற்கு நிலையான மனம் வேண்டும். வழியே பல தடைகள் ஏற்படும். தோல்வியும் அவமானமும் எப்போது இடைமறிக்கும் என்று சொல்லமுடியாது. அத்தனையையும் தாங்கிக்கொள்ளவேண்டும். விடாமுயற்சியும் கடும் பயிற்சியும் இல்லாவிட்டால், தனித்திறமைகளை நம்முடைய வெற்றிக்கான ஆயுதமாக மாற்றமுடியாது.

அவர் பெயர் சாய்ராம். அவரை நான் முதன் முதலாகச் சந்தித்தது ஆனந்தவிகடனில், 'பணம் பண்ணலாம் பணம், பணம்' என்கிற தொடர் எழுத ஆரம்பித்தபோது. 2005-ம் வருடம். பொறியியல் கல்லூரியில் சேர்ந்திருந்த மகனுக்காக, சென்னை, சின்னமலையில் இருக்கும் எம்.வி. புக் பேங்க்குக்குப் போயிருந்தேன். அப்போது முதல் வாரக் கட்டுரை கொடுக்க வேண்டிய நேரம்.

அந்த 'புக் பேங்க்' மிரட்டியது. இளைஞர்களும் யுவதிகளும் வந்து போனபடி இருந்தார்கள். ஆயிரக்கணக்கில் வியாபாரம் கண் முன் நடந்தது. 'இப்படி ஓர் அசாதாரணமான யோசனை யாருக்கு வந்தது? இதுதான் நமக்கு என்று இதை நம்பி தைரிய மாக இறங்கியது யார்? என்று தெரிந்துகொள்ள விரும்பினேன். எல்லோரும் சாய்ராமைக் காட்டினார்கள்.

பல இளைஞர்களும் பொறியியல் படித்துவிட்டு வேலை தேடிக் கொண்டிருக்க, சாய்ராம் தைரியமாகச் சுயதொழிலில் இறங்கி விட்டார். பொறியியல் படிப்புக்குத் தேவைப்படும் புத்தகங் களைப் பெரிய அளவில் வாடகைக்கு விடுவது- இதுதான் அவர் தேர்ந்தெடுத்த சுய தொழில். புதிய தொழில். ஆரம்பித்ததுமே சக்கை போடு போட ஆரம்பித்தது. அவரிடம் அப்போது இருந்த புத்தகங்களின் எண்ணிக்கை மட்டுமே ஒரு லட்சத்துக்கும் மேல்!

சாய்ராமைப் பற்றியும் அவரது புதுமையான புத்தக வங்கி பற்றியும் அந்தத் தொடரில் எழுதினேன். பின்பு சந்திக்கவில்லை.

2007-ல் மீண்டும் அவரது வங்கிக்குப் போகும் சந்தர்ப்பம் ஏற்பட்டது. அவர் இருந்தார். 'நானே உங்களைச் சந்திக்க வேண்டும் என்று நினைத்திருந்தேன் நீங்களே தற்செயலாக வந்துவிட்டீர்கள்!' என்றார் மகிழ்ச்சியாக. அந்தக் குறுகிய காலத்துக்குள், விஜய் தொலைக்காட்சியில், ஒரு பிரபலமான நிகழ்ச்சியையே ஸ்பான்சர் செய்யும் அளவுக்கு அவருடைய நிறுவனம் வளர்ந்திருந்தது.

அதுசமயம், 15 கல்லூரிகளில் தனது புத்தக வங்கியின் கிளை களைத் தொடங்கிவிட்டதாகவும், மேலும் வேறு சில யோசனைகள் இருப்பதாகவும் சொன்னார். நானும் சில ஆலோசனைகளைச் சொன்னேன்.

திரும்பி வரும் வழியில் யோசித்தேன். சாய்ராம் எப்படிப்பட்ட இளைஞர்! பொறியியல் பட்டப்படிப்பை முடித்திருந்த அவருக்கு எவ்வளவு அறிவுரைகள், அழுத்தங்கள் மற்றவர் களால் கொடுக்கப்பட்டிருக்கும். 'அந்த வேலைக்குப் போ, இந்த வேலைக்கு முயற்சி செய்' என்று. 'புக் பேங்க்கா, இதெல்லாம் எவ்வளவு தூரத்துக்குச் செய்ய முடியும்? இப்படி ஒவ்வொன்றாக வாடகைக்கு விட்டு, எந்தக்காலத்தில் முன்னேறுவது?' கேலி பேசியிருப்பார்கள். ஆர்வத் தீயின்மீது வாளி வாளியாகப் பச்சைத் தண்ணீர் ஊற்றியிருப்பார்கள்! ஆனால் சாய்ராம் எவ்வளவு ஆழமாக இந்தத் தொழிலை நம்பியிருந்தால், விரும்பியிருந்தால் இதுதான் நமக்கு என்று இறங்கியிருப்பார்!

எதை எடுத்துக்கொண்டு, இனி அதுவேதான் முக்கியம் என்று செய்கிறோமோ அது தழைக்கிறது. இதற்குப் பல உதாரணங் களைப் பார்த்துவிட்டோம்.

காந்தி, நேரு, சுபாஷ், மார்டின் லூதர் கிங் போன்ற சிலர் தேச விடுதலையை எடுத்துக்கொண்டார்கள். கபில், விஸ்வநாதன் ஆனந்த், சானியா மிர்சா, நரேன் கார்த்திகேயன், குற்றா லீஸ்வரன், டோனி போன்றவர்கள் விளையாட்டுத்துறையை எடுத்துக்கொண்டார்கள். அரசியல், ஆராய்ச்சி, கலைத்துறை, ஓவியம், பேசுவது எழுதுவது, காடு வளர்ப்பது, பிராணிகள் நலம், நுகர்வோர் பாதுகாப்பு, சுற்றுச் சூழல் காப்பது என்று

எத்தனையோ துறைகளில், பலரும் 'இதுதான்' என்று மாய்ந்து மாய்ந்து செய்துகொண்டிருக்கிறார்கள்.

எதில் ஆழ்ந்து செய்கிறோமோ, அதில் வெற்றி பெறலாம். அதற்காக எதையாவது செய்வதா? எல்லோரும் செய்கிறார்களே என்று ஒன்றைத்தேர்வு செய்வதா? உயிரைக்கொடுத்துப் பல தியாகங்கள் செய்து எதோ ஒன்றைச் செய்யப்போகிறோம் என்றால், அது சரியானதாக இருக்க வேண்டாமா?

'எல்லோரும் செய்வதை, நாமும் செய்வதில் என்ன தவறு இருக்கிறது? பார்க்கப்போனால் அதுதானே பாதுகாப்பானது?' என்று கேட்கலாம். ஆனால் அதற்கான பதில் என்ன தெரியுமா? இல்லை என்பதுதான்.

காலம் முன்போல இல்லை. டாக்டர், இன்ஜினீயர், கலெக்டர், பேங்க், போலீஸ் வேலைகள், ஆசிரியர் வேலைகள், நர்ஸ் வேலைகள் என்று சில வேலைகள் மட்டுமே இருந்த காலம் போயேவிட்டது.

இப்போது பலவிதமான வேலைகள், வாய்ப்புகள் வந்து விட்டன. எந்தத் திறமை இருந்தாலும் அதை மதிப்புமிக்க வேலையாக, சம்பாதிக்கக் கூடிய வேலையாகச் செய்கிற காலம் இது. குறிப்பிட்ட திறமைகள் இருந்தால் மட்டுமே வாய்ப்பு என்கிற நிலை இப்போது இல்லை. எந்தத் திறமை இருந்தாலும் சரி. அதற்கு எதாவது ஒரு வாய்ப்பு எங்காவது நிச்சயம் இருக்கத்தான் செய்கிறது. ஆகையால், முதலில் நாம் செய்ய வேண்டியது, நம் பலத்தைக் கண்டுபிடிப்பதுதான். எதை வைத்து, எந்தத் துறையில் முன்னேறலாம் என்று பார்க்க வேண்டும்.

உங்களின் மிகச் சிறந்த பலம் என்ன?

ஒவ்வொருவருக்கும் ஒரு திறன் இருக்கும். அது பேசுவது, புரிந்துகொள்வது, பாடுவது, நடிப்பது, மற்றவர்களை நிர் வகிப்பது, கணக்குப்போடுவது, கற்பனைத் திறனுடன் இருப்பது, சமைப்பது, பேரம் பேசி வாங்குவது, நுணுக்கமாக ஆராய்வது, வித்தியாசங்களைக் கண்டுபிடிப்பது, பிழைகளைக் கண்டுபிடிப்பது, வேகமாக எழுதுவது, அல்லது கணினியில் வேலை செய்வது, எதையும் நினைவு வைத்துக்கொள்வது, நடனம் ஆடுவது, விளையாடுவது, சொல்லிக்கொடுப்பது என்று எதுவாகவும் இருக்கலாம்.

மேலே குறிப்பிடப்பட்டிருப்பது குறைவுதான். மக்களிடம் இருக்கும் திறமைகள் இன்னும் பலவிதமானவை.

இசை, கணிதம், சரித்திரம், விஞ்ஞானம், கடல் பற்றி மலைகள், மனிதர்கள், விலங்குகள், வாழ்க்கை முறைகள், கலை, நாடகம், திரைப்படம், புராணங்கள், கலாசாரங்கள், அரசியல், அமைப்பு கள் இப்படி எதைப் பற்றியேனும் சரியாக மற்றவர்களைவிட அதிகம் தெரிந்திருப்பதுகூட பலம்தான்.

திறமைகள், அறிவு தவிர இன்னும் சிலவும்கூட சிலருக்குப் பலங்களாக அமைந்துவிடும். பலருடன் இருக்கும் தொடர்புகள், அவர்கள் வகிக்கும் பதவி, பொறுப்பு. அவர்கள் பெற்ற அனுபவங்கள். அவர்களின் உறவுகள். சிலருக்கு அவர்களுடைய குடும்பமே அல்லது குடும்பப் பின்னணியே பக்கபலமாக இருக்கும். உடல் அமைப்பு, உடல் நலம், அவ்வளவு ஏன் இன்னும் சிலருக்கு உடல் பிரச்னைகளேகூட பலமாக அமைந்து விடுவது உண்டு. இரவில் தூக்கம் வரவில்லையா? அதுவும் பலம்தான். நிறையப் பசிக்கிறதா? அது பிரச்னையில்லை. அதுவே ஒருவிதத்தில் பலமாக அமையும்.

ஆக, பலம் என்ற ஒன்று இல்லாதவரே கிடையாது.. எல்லோருக்கும் பலம் இருக்கிறது. சிலருக்குத் தங்களின் பலம் தெரிகிறது. வேறு சிலருக்குத் தெரிவதில்லை. அவ்வளவுதான்.

தங்களின் பலம் தெரிந்தவர்கள் எல்லோரும் தங்கள் பலத்தை முழுமையாகப் பயன்படுத்துகிறார்களா? இல்லை. பலத்தை முழுவதும் Exploit செய்வதில்லை. செய்தவர்கள் பெரிய வெற்றி பெறுகிறார்கள்.

பல விஷயங்களை நினைவில் வைத்துக்கொள்ளும் திறன் பலருக்கும் இருக்கிறது. நினைவாற்றல் என்றதும் நம் நினைவுக்கு வருவது யார்? சகுந்தலா தேவி. அல்லது நாம் படித்த வகுப்பில் முதல் இடம் பிடித்த மாணவன்.

இவர்களைப் போலவே நினைவாற்றல் உள்ளவர்தான், பிரதீப் என்பவர். அவருக்கு இருக்கும் பலம், அவருடைய நினை வாற்றல். அவர் என்ன செய்தார் என்பது உங்களுக்கு நன்றாகவே தெரிந்திருக்கலாம். அவர் ஒரு தனியார் தொலைக்காட்சியில், 'யாரு மனசுல யாரு? அவருக்கு என்ன பேரு?' என்று ஒரு நிகழ்ச்சியை நடத்தினார். பெரும் விளம்பரம், புகழ், பணம்.

தனக்கு இருக்கும் திறனைக் கண்டுபிடித்து, அதனை முழுவதுமாகப் பயன்படுத்துவது என்பது இதனைத்தான்.

ஊர், தலைவர்கள் பெயர்களையும் நிகழ்ச்சி பற்றிய விவரங் களையும் ஞாபகம் வைத்துக்கொள்வது என்பது லேசுபட்ட விஷயமல்ல. ஆனால் அவர் தவம்போல அந்தக் கலையைக் கற்றுக்கொண்டார். இவரிடம் ஜெயிக்க எத்தனையோ பேர் முயற்சி செய்தார்கள். ஆனால் இவர் அகராதியில் தோல்வி என்பதே கிடையாது. தன் தனித்திறமையால் இன்று தென் இந்தியா முழுக்கப் பிரபலமாக இருக்கிறார்.

சிலருக்கு மிக நன்றாகப் பாட வரும். பாடுவார்கள், பொழுது போக்குக்காக. எப்போதாவது கச்சேரிகளில். பாடுவதுதான் தொழில் என்று எடுத்துக்கொள்ள மாட்டார்கள்.

ஆனால் வேறு சிலர், அங்கே இங்கே என்று முயற்சித்துப் பாட வந்துவிடுவார்கள். திரைப்படத்தில் பாடுவார்கள். அல்லது ஆல்பம் போடுவார்கள். அவர்களது சி.டி.க்கள் பரவலாகும். புகழும் பணமும் வந்து குவியும்.

உஷா உதுப், எஸ்.பி.பி., ஹரிஹரன், சீனிவாஸ், ஷ்ரேயா கோஷல், ராகுல் நம்பியார், சித்ரா, சங்கர் மகாதேவன், சுதா ரகுநாதன், கார்த்திக், உன்னி கிருஷ்ணன், உன்னி மேனன், திப்பு என்று எவ்வளவு பேர் பாடியே கலக்குகிறார்கள்!

இவர்களைக் காட்டிலும் திறமையானவர்கள் வெளியில் இல்லையா என்று கேட்டால், நிச்சயம் இருப்பார்கள் என்பது தான் பதில். ஆனால் அவர்களிடம் இல்லாதது ஒன்று இவர்களிடம் இருக்கிறது. அதுதான் தங்களின் திறமையை உணர்ந்து, அதனை நம்பி இறங்கியது.

இவர்கள் எல்லாம் அப்படி வந்தவர்கள்தான்.

சமையல் ஒரு கலை. எல்லா வீடுகளிலும் இல்லத்தரசிகள் சமையல் செய்துகொண்டுதான் இருக்கிறார்கள். ஆனால் அறுசுவை நடராஜன் அளவுக்குச் சமையலை வைத்து வெற்றி பெற்றவர்கள் எத்தனை பேர்? சமையல் புத்தகங்கள் போடுவது, தொலைக்காட்சியில் சமையல் செய்து காட்டுவது என்று வீட்டில் அம்மாக்கள் செய்யும் சமையலையே மிகப்பெரிய வியாபாரமாகச் செய்ய முடிகிறது தாமோதரன், மல்லிகா பத்ரிநாத், ரேவதி சண்முகம்போன்ற சிலரால்.

அட! அதுகூட வேண்டாம். 'அவன் சும்மா வளவளென்னு நிறையப் பேசுவான்ய்யா' என்று கேலிச் செய்கிறார்களா? தெரியாமல் செய்கிறார்களே? பாவம். இன்றைக்கு, தொடர்ந்து பேசுபவர்களுக்கு என்றே ஆர்.ஜே. (R.J.) என்கிற வேலை இருக்கிறது. இன்றைக்குத் தமிழகத்தின் பிரபலங்கள் வரிசையில் ஆர்.ஜே.வுக்கும் இடம் உண்டு.

பேசுவதெல்லாம் ஒரு வேலையா என்று நாம் நினைப்போம். ஆனால் அவர்கள் அதை ஒரு கலையாகப் பாவித்துவருகிறார்கள். பேசிக்கொண்டேயிருக்க வேண்டும். 'மூட்' மாறாமல், யார் லைனில் வந்தாலும், சந்தோஷமாக, உணர்வுபூர்வமாகப் பேசவேண்டும். பேசிக்கொண்டேயிருக்கவேண்டும். இந்தக் கலையில் வித்தகராகி மாதச் சம்பளம் 3 லட்ச ரூபாய் பெறுகிற ரேடியோ ஜாக்கிகளும் உண்டு.

முன்பு பார்த்த சாய்ராம் செய்தது என்ன? என்னென்ன புத்தகங்கள் பொறியியல் படிப்புப் படிக்கும் மாணவர்களுக்குத் தேவை என்பதைச் சரியாகப் புரிந்துகொண்ட திறன். அந்தப் புத்தகங்களை எப்படி வாடகைக்கு விடலாம்? எவ்வளவு காலம் கொடுக்கலாம்? என்ன வாடகை வாங்கலாம்? திரும்பப் பெற என்ன செய்ய வேண்டும்? இவ்வளவு தூரம் திட்டமிட்டு, தனது அறிவைப் பயன்படுத்தி, ஒரு புதுத் தொழிலை ஆரம்பித்து அதில் தன் முத்திரையையும் பதித்துவிட்டார்.

அதோடு நிறுத்தவில்லை. 'புக் பேங்க்'கைப் பலவருடங்களாக நடத்தியதால் கிடைத்தத் தொடர்புகளை, நல்ல பெயரை, எப்படியெல்லாம் மேலும் பயன்படுத்தலாம் என்று யோசித்தார். சில கல்லூரிகளில் புத்தக வங்கிகளைத் தொடங்கினார். தன்னுடைய தொடர்புகள், புத்தக அறிவு இவற்றைக்கொண்டு, கல்லூரி மாணவர்களுக்கான இதழ் ஒன்றை நடத்தலாமா? அதனை இணைய (Internet) இதழாக நடத்தலாமா? என்றெல்லாம் சிந்திக்கிறார்.

டாக்டர், இன்ஜினீயர், பேங்க் கிளார்க், ஆபீஸர், ஆசிரியர், பேராசிரியர், நர்ஸ், ஓட்டுநர் போன்ற சில வேலைகள் மட்டுமா இன்று இருக்கின்றன? எதைச் செய்தாலும், செய்யும் விதத்தில் செய்தால் பெரும் பணம் பார்க்கமுடியும் இல்லையா?

காய்கறியை வாங்கி அப்படியே சமையல் பாத்திரத்தில் போடத்தக்க அளவில் சுத்தம் செய்து நறுக்கி விற்றால் என்ன

என்கிற யோசனை; வீடு மாற்ற வேண்டுமா என்னிடம் சொல்லுங்கள் நான் அதையே அழகாகச் செய்து தருகிறேன்; எதையாவது வாங்கிச் சாப்பிட்டால் வயிற்றுப் பிரச்னை வருகிறது என்கிற கவலையைக் காசாக்குகிற 'கர்ட் ரைஸ் பேக்கட்' (Krd Ryc) ஐடியா. இப்படிச் சின்னச் சின்ன யோசனைகள் கூடக் காசாகும் பொருளாதாரம் இப்போது.

தன்னுடைய பலம் என்ன? என்று தெரிந்துகொள்வது முதல் வேலை. தன்னுடைய பலத்தைப் பயன்படுத்தும்போது, வெற்றி பெறும் வாய்ப்பு அதிகம். தனக்குத் தெரியாததைச் செய்வதை விட தெரிந்ததைச் சிறப்பாகச் செய்வது.

தன்னுடைய பலம் என்ன என்பதைக் கண்டுபிடிக்கவேண்டும். திறமையா? தொடர்புகளா? உணர்வுகளா? கற்பனைத் திறனா? பேச்சு சாமார்த்தியமா? பொறுமையா? உடல் வலுவா? அது என்ன?

பலத்தைக் கண்டுபிடிப்பதுதான், வெற்றி என்கிற நூல்கண்டின் நுனி. அதனைச் சரியாகக் கண்டுபிடித்து, முனையைப் பிடித்துத் தூக்கிவிட வேண்டும்.

கோபால் என்பவர் இப்போது இந்திய ரயில்வேயில், சென்ட்ரல் ஸ்டேஷனில் டிக்கெட் பரிசோதகராக இருக்கிறார். அவருக்கு எழுதப்படிக்கத் தெரியாது. விவரம் கேட்டபோது சொன்னார். அவர் சின்னவயதில் பள்ளிகூடம் போகவில்லை. அந்த ஊரில் இருந்த ஒரு கறிக்கடைக்காரருக்காக, 15 கி.மீ. தினமும் சைக்கிளை மிதித்துப் போய், சைக்கிள் கேரியரில் கத்தை கத்தையாகத் தொங்கும் ஆட்டுத்தோலை கொடுத்துவிட்டு வருவார்.

மண் சாலை. சாதாரண சைக்கிள். மிகவும் கனமான பொருள். தினசரி 15 கி.மீ. தூரம். ஆனால், கோபாலுக்கு அது ஒரு பிரச்னை யேயில்லை. விளையாட்டுபோல, மிக வேகமாக போய்விட்டு வந்துவிடுவார். கோபாலின் வேகத்தையும் லாகவத்தையும் பார்த்த ஒருவர் யோசனை சொன்னார்: 'நீ சைக்கிள் பந்தயத்தில் கலந்துகொள்ளேன்.' கலந்துகொண்டார். முதல் பரிசாக எவர் சில்வர் டம்ளர் கொடுத்தார்கள். கோபாலுக்கு உற்சாகம் வந்துவிட்டது. அதற்குப் பிறகு, பல டம்ளர்கள் சேர்ந்தன.

'பக்கத்து ஊர்களில் நடக்கும் போட்டிகளோடு நிறுத்திக்கொள்ளா மல், சென்னைக்குப் போய் செய்யப்பா, நிறைய காசு கிடைக்கும்.'

சென்னைக்குப் போனார். ஓர் ஓட்டலில் வேலை. நடிகர் திலகம் சிவாஜிகணேசன் பிறந்த நாள் சைக்கிள் போட்டி. கோபாலுக்குத் தான் முதல் பரிசு. பரிசாகக் கிடைத்தது ஒரு புதிய சைக்கிள். புதிய சைக்கிள் கொடுத்த உற்சாகமும் வேகமுமாக மேலும் பல போட்டிகளில் வென்றார். அடுத்து ரயில்வேயில் ஸ்போர்ட்ஸ் கோட்டா உண்டு என்று கேள்விப்பட்டு அங்கே போனார். ஆசைப்பட்டபடி, ரயில்வேயில் வேலை கிடைத்தது. ஊதியத் துடன் நல்ல ஊக்கமும் கொடுத்தார்கள். ஆசிய போட்டியில் கோபால் கலந்துகொண்டார், வென்றார். புகழ் பெருமை, வேலை, ஊதியம். இப்போது மற்றவர்களுக்குச் சொல்லிக் கொடுக்கிறார். கோபால் ஒரு மதிப்பான கோச்.

சைக்கிள் ஓட்டும் திறமை வாங்கிக்கொடுத்தவைதான் இவ்வளவும். தன்னிடம் இருக்கும் எந்தத் திறமையை வைத்தும் ஒருவரால் முன்னேறமுடியும் என்பதற்கு, கோபால் ஒரு நல்ல உதாரணம் இல்லையா? நமக்குத் தெரியாமல் இருக்கும் நமது திறமைகளை கண்டுபிடிக்க வேண்டும்.

தங்களுடைய பலத்தைக் கண்டுபிடிப்பதுடன் நிறுத்திக் கொள்ளாமல், அதனை ஏனோதானோவென்று பயன்படுத்தி விட்டு விட்டுவிடாமல், சரியான வழியில், முழுமையாகப் பயன்படுத்துபவர்கள்தான், வெற்றி பெறுகிறார்கள்.

1976-79. சென்னை கேட்டரிங் கல்லூரியில் நித்தியானந்தம் என்ற ஒரு மாணவன் விடுதியில் தங்கிப் படித்தான். அவன் நன்றாகச் சீட்டு விளையாடுவான். மற்ற எவரையும் விட மிக அற்புதமாக. ஐந்து வருடங்கள் கழித்துத் தெரிய வந்த தகவல், 'அவன் அமெரிக்காவில் உள்ள மியாமி கடற்கரை 5 ஸ்டார் ஓட்டல் ஒன்றில், சீட்டு விளையாடுகிறான்.' அந்த ஓட்டலுக்கு வரும் விருந்தினர்கள் சீட்டு விளையாடுவார்கள். அந்தக் கேளிக்கை விடுதியில் ஓட்டல் நிர்வாகத்தின் சார்பாக விளையாடும் வேலை அவனுக்கு. அதற்குப் பெருத்த சம்பளம்! பின்னே லட்சக்கணக்கான டாலர்களில் அல்லவா விளையாட வேண்டும். தோற்காமல். அதற்காகத்தான் அவ்வளவு பெரிய சம்பளம். அவனுடைய திறமை, அவனுக்கு வாங்கிக்கொடுத்த வாய்ப்பு. சீட்டுக்கட்டு விளையாட்டுத்தானே என்று ஏனோதானோ என்று இல்லாமல் அதில் முனைப்புடன் விளையாடியதால்தானே இத்தனை பெரிய வளர்ச்சி.

டுவெண்டி-20 கிரிக்கெட் பந்தயத்தில் ஒரு ஓவரில் சந்தித்த 6 பந்துகளையும் ஆறு சிக்ஸர்களாக மாற்றியதற்காக மட்டுமே பரிசுத் தொகை ஒரு கோடி ரூபாய்! அதுவரை யுவராஜ் சிங் ஒரு விளம்பரப் படத்தில் நடிப்பதற்கு ஒரு கோடி ரூபாய். அந்தச் சாதனைக்குப் பிறகு அவருடைய விளம்பரச் சம்பளம் பலமடங்கு அதிகமாகிவிட்டது.

நம்முடைய பலம் எதில் வேண்டுமானாலும் இருக்கலாம். அந்தப் பலத்தை எங்கே, யாருக்கு, எப்படி, எதைவைத்து, எப்போது, எவர் மூலம் செய்கிறோம் என்பதில் இருக்கிறது வித்தியாசம்.

வெற்றி பெறுபவர்கள், தங்களுடைய பலத்தை மதிப்பவர்கள். அதற்குரிய, அதன் மிகச் சிறந்த வடிவத்தை உணர்ந்து விட்டவர்கள். அதன் உச்சத்தை அடையாமல் விடமாட்டார்கள்.

ஆக நம்மிடமும் வைரங்கள் இருக்கின்றன. அவை இன்று ஜொலிக்காமல் இருக்கலாம். அதற்கு நாம் முதலில் செய்ய வேண்டியது, நம்முடைய வைரம் அல்லது வைரங்கள் எவை என்று கண்டுபிடிப்பது.

இரண்டாவது, அந்த வைரத்தை எங்கே வைத்தால் மிகச் சிறந்த பலனளிக்கும் என்று கண்டறிவது.

மூன்றாவது வைரத்தை, பட்டை தீட்டி, சரியான இடத்தில் வைக்க முடிவு செய்வது.

தனக்கு எது பிடிக்கிறது? தனக்கு வாழ்க்கையில் என்ன செய்ய விருப்பம்? என்பது சிலருக்குச் சின்ன வயதிலேயே தெளிவாகத் தெரிந்துவிடும். அவர்கள் அதிர்ஷ்டசாலிகள். நேரத்தை வீணடிக்காதவர்கள்.

ஆண்டனி ராபின்ஸ் என்பவர் அமெரிக்காவின் தலைச்சிறந்த பேச்சாளர். அவர் பேசினால் ஆயிரக்கணக்கில் கூட்டம் கூடும். அவரைச் சந்திப்பதற்காகவும் அவர் பேச்சைக் கேட்பதற்காகவும் மக்கள் எவ்வளவு வேண்டுமானாலும் செலவு செய்யத் தயாராக இருப்பார்கள்.

அவரது பேச்சுகள், ஆடியோ வீடியோ டேப்புகள் மற்றும் புத்தகங்களாக மில்லியன் கணக்கில் விற்கின்றன. இதுதான்

தனது பலம் என்பது அல்ல, இதுதான் தனக்கு மிகவும் விருப்பமானது என்பதும், தான் இந்தத் துறையிலே மிகப்பெரிய ஆளாக வரவேண்டும் என்பதிலும் அவர் மிகத் தெளிவாக இருந்திருக்கிறார்.

எந்த வயதில் இருந்து தெரியுமா?

அவரே சொல்கிறார். அவரது ஏழாவது வயதில் அவர் பெரியப் பெரியக் கூட்டங்களில் பேசுவது போலவும், முக்கியத் தொலைக்காட்சிகளில் அவருடைய பேட்டிகள் ஒளிபரப்பப் படுவது போலவும் பிம்பங்கள் வந்திருக்கின்றன. ஆம். மனக்கண்ணில் அப்படிப் பார்த்திருக்கிறார். அவர் பார்த்தது எல்லாம் பின்னாளில் அப்படியே நடந்தன.

டாக்டர் வான் டையர், சின்ன வயதிலேயே தான் மேடைகளில் பேசுவது போலவும், அதனை நிறையப்பேர் ஆவலாகக் கேட்பது போலவும் கற்பனைகள் வரும் அவருக்கு. அப்படியே அதை மனத்திரையில் படமாக ஓட்டிப் பார்ப்பாராம்.

இது தவிர, 1950-களில் தி டு நைட் ஷோ (The Tonight show) என்கிற பிரபலமான நிகழ்ச்சியைத் தொலைக் காட்சியில் நடத்திவந்த ஸ்டீவ் அலென் தன்னை சிறப்பு விருந்தினராக அழைத்து, பேட்டி எடுப்பதாகக் கற்பனை செய்கிறார். அதனை நண்பர்களிடமும் உறவினர்களிடமும் சொல்ல, கேலி செய்து சிரிக்கிறார்கள். ஆனால் வான் டையர் அதனைக் கொஞ்சமும் பொருட்படுத்தவில்லை. தொடர்ந்து அப்படியே நினைக்கிறார். நம்புகிறார். அவர் நினைத்தது எல்லாம் நடக்கிறது. அப்படியே நடக்கிறது. பின்பு ஒரு நாள் தொலைக்காட்சி நிகழ்ச்சிக்காக ஸ்டீவ் அலென் அவரைப் பேட்டி எடுக்கிறார்!

பில் கிளிண்டன். அமெரிக்காவின் முன்னாள் அதிபர். அவரது மனைவி ஹிலாரி கிளிண்டன், தற்போது அமெரிக்க அதிபர் பதவிக்குப் பேசப்படுகிற ஒருவராகிவிட்டார்.

அவர்களுடைய வாழ்க்கையில் நடந்த சம்பவம் ஒன்று. இது நடந்தது பல ஆண்டுகளுக்கு முன்பு, பில்லும் ஹிலாரியும் திருமணம் செய்துகொள்வதற்குச் சில வருடங்களுக்கு முன்பு நடந்தது.

ஹிலாரி கிளிண்டனின் தந்தை ஹியூகெல்ஸ் வொர்த் ரோதாமை (Hughells Worth Rodham) அதாவது தனது வருங்கால மாமனாரை,

முதன் முதலாகச் சந்திக்கிறார் பில்கிளிண்டன். மகளைக் கட்டிக்கொடுக்கப் போகிறோமே என்கிற அக்கறையுடன் பில் கிளிண்டனைப் பார்த்து கேட்கிறார், 'நீங்கள் என்ன ஆகப் போகிறீர்கள்?'

பில் கிளிண்டனிடம் இருந்து சற்றும் தாமதியாமல் பதில் வருகிறது. 'நான் ஆர்கான்சாஸ் (Arkansaz) மாநிலத்தின் கவர்னராகப் போகிறேன்.'

தெளிவான நோக்கம். பிசிறு இல்லாத பதில். சொன்னபடியே அந்த மாநிலத்தின் 50-வது கவர்னராக ஆனார் பில் கிளிண்டன்.

விஸ்வநாதன் ஆனந்த், சானியா மிர்சா, நரேன் கார்த்திகேயன், குற்றாலீஸ்வரன், சச்சின் டெண்டுல்கர், இந்திரா காந்தி போன்றவர்கள் எல்லாம் மிகச் சிறிய வயதிலேயே தங்களுடைய பலங்களை அறிந்தவர்கள். அவர்களுக்கான வைரத்தைக் கண்டு பிடித்துவிட்டவர்கள்.

பிளேட்டோ. கிரேக்க அறிஞர். கிறிஸ்து பிறப்பதற்கு 400 ஆண்டுகளுக்கு முன்பே சொல்லியிருக்கிறார். 'உன்னை அறி' (Know thyself).

ஷேக்ஸ்பியர் தனது ஹாம்லெட் நாடகத்தில் சொன்னது, 'உனக்கு உண்மையானவனாக இரு (Be True to yourself).

'செவன் ஹாபிட்ஸ் ஆஃப் ஹைலி எஃபெக்டிவ் பீப்பிள்' எழுதிய, ஸ்டீபன் கோவே சொல்கிறார், 'உங்கள் இதயத்தைக் கேளுங்கள், உங்களுக்கு எது முக்கியம் என்று.'

கண்ணதாசன் பாடினார், 'உன்னை அறிந்தால், நீ, உன்னை அறிந்தால். உலகத்தில் போராடலாம்.'

அப்துல் கலாமுக்கு, பள்ளிப்பருவத்திலேயே வானில் பறக்கும் ஏவுகணைகள் பற்றிய ஆவல் வந்துவிட்டது. இனி அதுதான் தன் துறை என்று முடிவு செய்துவிட்டார். ஏரோனாட்டிக்ஸ் படித்தார். தலைசிறந்த ஏவுகணை விஞ்ஞானியானார்.

கோவில்பிள்ளை என்று ஒருவர். அவருடைய மகன் டேவிட் மிகச் சிறந்த பொறியாளர். அமெரிக்கா போய்விட்டார். அவருக்கு ஐ.ஐ.டி.யில் சேர்ந்து விரிவுரை ஆற்றுவதற்கு ஆசை. ஆனால், அமெரிக்காவில் கிடைத்த வேலையை ஏற்றுகொண்டு

போய்விட்டார். மனத்துக்குள் ஐ.ஐ.டி.யில் வேலை பார்க்கும் ஆர்வம் இருந்தது. சிறு தீற்றல்போல. அழுத்தமில்லாமல். அதனால் அதனைப் பொருட்படுத்தவில்லை.

ஆனால் அமெரிக்கா போனதும், அது அந்த வேலையில் வெளிப்பட்டது. எப்படியும் ஐ.ஐ.டி.யில் சேர வேண்டும் என்பது வேள்வித்தீயாக எரிந்தது. உடனே கிளம்பி வந்து விட்டார். தனது மிகப்பெரும் சம்பாத்தியம் தரும் வேலையைத் தூக்கி எறிந்துவிட்டு.

வினோத் பாட்டில், ஹர்சாகதம் என்று இரண்டு மருத்துவர்கள். எம்.பி.பி.எஸ். மற்றும் உயர் படிப்புப் படித்தவர்கள். கொஞ்ச நாள்தான் டாக்டர் வேலை பார்த்தார்கள். அவர்களுடைய ஆவல் வேறொரு துறையில் இருந்தது. எல்.ஐ.சி. முகவர்கள் ஆவது. ஆனார்கள். எப்படி? பகுதி நேரமாகவா? அதுதான் இல்லை. டாக்டர் வேலையையே விட்டுவிட்டு எல்.ஐ.சி. ஏஜெண்ட் ஆனார்கள்.

'டாக்டர் தொழிலைவிடவா இதில் அதிகம் கிடைக்கப் போகிறது?' என்று கேட்டால், 'ஆமாம்' என்கிறார்கள். 'ஒரு பேஷண்டைப் பார்த்தால் 200 ரூபாய் கன்சல்டிங் ஃபீஸ் கிடைக்கும். ஆனால், அதே நேரத்தில் ஒரு கஸ்டமரைப் பார்த்தால் 8000 ரூபாய்வரை கமிஷனாகக் கிடைக்கும்' என்று மேடை ஏறிச் சொல்கிறார்கள்.

இந்த இடத்தில் நாம் பார்க்க வேண்டியது பணத்தை அல்ல. பற்று. எதன்மீது பற்று இருக்கிறதோ, அதில் இறங்கினால் மட்டுமே மிகப்பெரிய வெற்றியை அடையமுடியும்.

விருப்பமானதைச் செய்வதற்குத்தான் மனம் ஒத்துழைக்கும்.

எம்.வி.கோபிநாத் என்று ஒரு பொறியாளர். தனது 55-வது வயது வரை டி.வி.எஸ். நிறுவனத்தில் வேலை செய்தார். அதற்குப் பிறகு, பெங்களூருவில் சில வியாபாரங்களும் செய்தார். எதுவும் ஒத்து வரவில்லை. மேலும் அவையெல்லாம் பிரச்னையாகி 57-வது வயதில் ஜீரோ ஆகிவிட்டார். அதாவது பணம் சுத்தமாக எதுவும் இல்லை. அதற்காக அவர் மனம் தளர்ந்து போய் விடவில்லை. அதற்குப் பிறகுதான், நியூ டே இந்தியா' (New Day India) என்கிற பயிற்சி அளிக்கும் நிறுவனத்தைத் தொடங்கினார்.

இப்போது 'மாதம் சாதாரணமாக 3 லட்ச ரூபாய் சம்பாதிக் கிறேன்' என்கிறார்.

விருப்பத்தைக் கண்டுபிடிப்பது ஒருவருக்குத் தாமதமானது. பிறகு என்ன நடந்தது தெரியுமா?

ரோகர் டாவ்சன். லண்டனில் பிறந்தவர். 16-வது வயதில் தொழில்முறை புகைப்படக்காரர் ஆகிவிட்டார். பிறகு அதே வேலையைக் கப்பலில் சேர்ந்து செய்ய ஆரம்பித்தார். கப்பல் பயணிகளை ஏற்றிகொண்டு உலகைத்தைச் சுற்றி வந்தது. கூடவே டவ்சனும் சுற்றிப்பார்த்தார். அமெரிக்கா அவரை ஈர்த்தது. அமெரிக்கா போய், வேலைக்கும் சேர்ந்தார். எந்த வேலையில் தீவிரம் காட்டி, ஒரு ரியல் எஸ்டேட் நிறுவனத்தின் தலைவராகவும் ஆகிவிட்டார். நிறுவனமும் வளர்ந்தது டாவ்சனும் வளர்ந்தார். 28 இடங்களில் அலுவலகங்கள், 540 சேல்ஸ் ஆபீஸர்கள், வருடத்துக்கு 400 மில்லியன் டாலர் வியாபாரம்.

எல்லாம் சௌகரியமாகப் போய்க்கொண்டிருக்கையில், திடீரென ஒரு நாள் அவருக்குள் சில கேள்விகள் எழுந்தன. 'இதுதானா நாம் விரும்புவது? இந்தப் பணம், ஆள், படை, அம்பு, அதிகாரம் இவற்றைத்தானா நான் விரும்பினேன்? தினசரி பத்துப் பன்னிரண்டு மணி நேர உழைப்பு. இப்படியே, மிச்ச வாழ்க்கை முழுவதையும் ஒரு மேசைக்குப் பின்னால் அமர்ந்துகொண்டு, எவ்வளவு விற்பனை ஆனது என்று கம்ப் யூட்டரில் கணக்குப் பார்த்துக்கொண்டு இருக்கப் போகிறேனா?' அடுக்கடுக்காகக் கேள்விகள் வந்தன.

ஆறஅமர யோசித்துப் பார்த்ததில், இவை அல்ல தன்னுடைய விருப்பம் என்பதை உணர்ந்தார். எல்லோரும் ஓடுகிறார்களே என்று ஓடி, போட்டிப்போட்டுக் கொண்டு மலை ஏறி, மேலே வந்து பார்த்தால், 'சே! இவ்வளவுதானா!' என்று ஆகிவிட்டது அவருக்கு. தான் உண்மையில் விரும்புவது சுதந்தரத்தை என்பது அப்போதுதான் அவருக்குப் புரிந்தது.

என்ன செய்தார் தெரியுமா? உடனே கொஞ்சமும் தயங்காமல், நல்ல வருமானம் தந்துகொண்டிருந்த வேலையை ராஜினாமா செய்தார். அதுவரை ஓடிஓடி செய்துகொண்டிருந்த எல்லா வற்றையும் சட்டென நிறுத்தினார். முற்றிலும் வேறுபாதை மாற முடிவு செய்தார். அப்போது அவருக்கு வயது 42.

நன்றாகப் பேசக்கூடியவர். அவரது நிறுவனத்திலேயே பேசுவார். ஊழியர்களை ஊக்கப்படுத்துவது, மேலாளர்களை ஆர்வப்படுத்துவது எல்லாம் பிரமாதமாகச் செய்வார். ஆனால் அதுவரை, அவர் தான் ஒரு தொழில்முறை பேச்சாளராக ஆவோம் என்று நினைத்ததேயில்லை. ஆனால் அப்படி முடிவு செய்துகொண்டதும், அதுதான் இனி என்று அவர் முடிவுசெய்து கொண்டார். அதற்குப் பிறகு அவரிடம் வந்த வேகத்தைப் பார்க்க வேண்டுமே.

'Anything that is worth doing is worth doing well' என்பார்களே அப்படித்தான் ரோகர் டாவ்சன் எதையுமே செய்வார். தனது மேடைப்பேச்சுக்கள், பயிற்சிகளையும் செய்தார்.

தாமதம் என்று இதில் ஏதும் கிடையாது. டாவ்சன் இப்படி தனக்குப் பிடித்ததை, தனக்கு நன்றாகச் செய்ய வருவதை 42-வது வயதில்தான் தொடங்கினார். அதனால் என்ன? அதன் பிறகு அவர் அடைந்த உச்சங்கள் ஏராளம்.

தனக்கு நன்றாக வருவதை, தன் பலத்தினைப் பயன்படுத்துவதை, தனக்கு விருப்பமானதை வாழ்க்கை முடிவதற்குள், எப்போது ஆரம்பித்தாலும் சரி. நினைத்தை முடித்துவிட வேண்டும் என்பது மட்டும் கட்டாயம். தாமதமாகிவிட்டது என்று என்றுமே சொல்லவேண்டாம்.

விருப்பம் என்றுதானே இதுவரைக் குறிப்பிட்டு வந்தோம். விருப்பம் என்பது சாதாரண வார்த்தை. மாபெரும் வெற்றி களுக்கு வெறும் விருப்பங்கள் போதாது.

தீவிரமான ஆசைகளுக்குத் தமிழில் இருக்கும் ஓர் அற்புதமான வார்த்தை வேட்கை. மற்றொரு வார்த்தை தாகம். 'சுதந்தர விருப்பம்' இருந்திருக்குமானால் இன்னும் நாம் அடிமை இந்தியர்களாகத்தான் இருந்திருப்போம். விடுதலைப் போராட்ட வீரர்களுக்குச் சுதந்தர தாகம், சுதந்தர வேட்கை இருந்ததால்தான், சூரிய அஸ்தமனமே ஆகாத சாம்ராஜ்யத்துக்குச் சொந்தக் காரர்களான வெள்ளையர்களை, கத்தியின்றி ரத்தமின்றி விரட்ட முடிந்தது.

வெற்றி பெற விருப்பம் போதாது. வேட்கை வேண்டும். தாகம் வேண்டும். தீயாக எரியும் தேவை. தணியாத ஜுவாலை. வேட் கையைத் தணிக்க நாம் எதையும் செய்வோம். அதுதான் உண்மை.

சில திரைப்பட கலைஞர்களைப் பற்றி கேள்விப்பட்டிருக் கிறோம், படித்திருக்கிறோம். காட்சிகள் தருபமாக வர வேண்டும் என்பதற்காக, டூப் போடாமல் ஆபத்தான வேலை களையும் தாங்களே செய்பவர்கள். தவிர, கதாபாத்திரத்திற்காக உடலை பருக்க வைப்பது, உடலை மெலியவைப்பது என்று பல சிரமங்களுக்கு ஆளாவார்கள்.

விருதுகள் புகழ், பெருமை போன்றவற்றையும் தாண்டி, தாங்கள் செய்யும் வேலையின் மீது அப்படி ஒரு மோகம். அதன் மீது ஒரு வெறியே கூட.

அப்படி வருவதுதான் வேட்கை. எதன் மீது தீவிரமான ஆசை இருக்கிறதோ அதனை அடைந்தே தீருவோம். காரணம் அதில் நாம் கமிட் ஆவது சுலபம், இயற்கை.

எதன் மீதாவது தீவிரமான ஆசை இருந்தே ஆகவேண்டும். இல்லாவிட்டால்தான், பிரச்னை.

If you have nothing to die for.. why live?

இதற்காக என் உயிரையேகூடக் கொடுப்பேன் என்று சொல் வதற்கு எதுவுமில்லாவிட்டால், பின் எதற்காக வாழவேண்டும்?

5. இன்றே செய்!

ஒவ்வொருவருக்கும் இயற்கையாகவே சில திறமைகள் இருக்கின்றன. அவை நமது வைரம் போன்றவை. அந்த வைரங்களைச் சரியாகப் பட்டை தீட்டிவிட்டால் போதும். அவை நமக்கு மிகப்பெரிய பணம், புகழ், பதவி, அதிகாரங்கள் போன்ற நாம் விரும்புகிற ஏதோ ஒன்றையோ சிலவற்றையோ நமக்குக் கட்டாயம் பெற்றுத்தந்துவிடும்.

நமது திறமை எது என்று தெரிகிறது. அதை வைத்து என்ன செய்தால் வெற்றி என்றும் தெரிகிறது. அதற்குப் பிறகும் வெற்றி வராமல் போனால் அதற்கு என்ன காரணம்? அல்லது யார் அதனைத் தடுக்கிறார்கள்?

யாரும் இல்லை. நாமேதான். நாம் செய்யத் தவறியது ஒன்று தான். அது, நமக்கு 'இதுதான் முக்கியம்' என்று முடிவு செய்யாததுதான்.

நமக்கு எது முக்கியம் என்று முடிவெடுக்கும்போது, எது முக்கியம்? என்று முடிவு செய்துவிட்டால், எவையெல்லாம் முக்கியம் இல்லை? என்பது தானாகப் புரிந்துவிடும். அதற்குப் பிறகு செயல்படுதலில் எந்தவித சுணக்கமோ, எந்தவிதக் குழப்பமோ இருக்காது.

தன்னுடைய பலம் என்ன என்பது தெரிகிறது. பிறகு என்ன? ஏன் இன்னும் எதைச் செய்யவேண்டும் என்று முடிவு செய்யாமல் இருக்கிற இழுபறி நிலை?

'எனக்கும் தெரியுமுங்க. செய்தால் நல்லாத்தான் வருமுங்க. எல்லாரும் இதைச் சொல்லிட்டாங்க. வரட்டுமுங்க. செய்யலா முங்க.'

இப்படியே சொல்லிகொண்டு இருக்க வேண்டியதுதான். ஒரு முன்னேற்றமும் வராது. நமக்குப்பின் தொடங்கியவர்கள்கூட நம்மைத்தாண்டி ஓடுவார்கள். வாழ்க்கையில் எதுவும் மாறாது. ஆகட்டும் பார்க்கலாம் கதைதான். எது முக்கியம் என்று முடிவெடுத்தால், அதற்கான நடவடிக்கைகளில் தீவிரமாக இறங்கிவிடுவோம். செயல்பாடுகள் அதிகமாகும். அந்த ஏதோ ஒன்றை நோக்கி குவியும். வெற்றி கிட்டும்.

ஒரு தோப்பு. அதில் நிறைய மரங்கள். அந்தத் தோப்பின் சொந்தக்காரரும் அவனுடைய மகனும் தோப்பின் வழியாகப் போனார்கள். அப்போது அப்பா சொன்னார். 'மகனே இந்த தெக்கால இருக்கிற மரத்தை எல்லாம் ஒரு நாள் வெட்ட ணும்டா.' இருவரும் பேசியபடியே நடந்து போனார்கள்.

அங்கிருந்த மரம் ஒன்றில் ஒரு பறவை கூடு கட்டி இருந்தது. அதில் ஒரு குருவியும் சில குஞ்சுகளும் இருந்தன. தோப்புக்குச் சொந்தக்காரர் பேசியதைக் கேட்டுகொண்டிருந்த குஞ்சு ஒன்று, தாய்க் குருவியிடம் சோகமாகக் கேட்டது. 'அப்ப நம்ம கூடு அவ்வளவுதானா அம்மா? மரத்தை வெட்டிட்டாங்கன்னா, நாம காலிபண்ண வேண்டியிருக்குமே!'

தாய்க்குருவி சொன்னது. 'தேவையில்லை.'

அடுத்த நாள் ஏதும் ஆகவில்லை. அன்று மாலை, அதேபோலத் தந்தையும் மகனும் அந்த வழியாக நடந்துபோனார்கள். தந்தை மரங்களைப் பார்த்ததும், முதல் நாள் சொன்னது போலவே சொன்னார். 'இதையெல்லாம் வெட்டணும்டா. ஆளுக்குச் சொல்லிவிடணும்.'

அம்மாவின் முகத்தைப் பார்த்த குஞ்சுகளிடம் தாய்குருவி சொன்னது, 'தேவையில்லை.'

அடுத்த சில நாட்களும் அதே காட்சிகள் இரண்டுப் பக்கமும் நடந்தேறின. குஞ்சுகளுக்கு, நமது அம்மா எதை வைத்து இப்படிச் சொல்கிறார்கள் என்று வேடிக்கையாகக்கூட இருந்தது.

அதற்கும் அடுத்த நாள் காலை. 'ஆளுங்க ஒண்ணும் கிடைக்கிற மாதிரித் தெரியலை. நாமளே இன்னைக்கு மத்தியானம் இறங்கி வெட்டிடுவோம்.'

கேட்டுகொண்டிருந்த தாய்க்குருவி பரபரப்புடன் சொன்னது, 'இனிமேல் நாம் இங்கு இருக்க முடியாது. இன்று மதியம் நம்முடைய மரத்தை வெட்டிவிடுவார்கள். நாம் வேறு இடத்துக்குக் கிளம்பவேண்டியதுதான்.'

'செய்ய வேண்டும்.' 'செய்துவிடலாம்.' 'ஒரு நாள் செய்யலாம்' என்பதெல்லாம் வெறும் நினைப்புத்தான். அவை செயலாகும் வாய்ப்புகள் குறைவு. 'இன்றே செய்வது', 'நாமே செய்வது' என்று முடிவு செய்யப்படும் வேலைகள் கண்டிப்பாக நடந்துவிடும். அது அந்தக் குருவிக்குத் தெரிந்திருக்கிறது.

சுரேஷ் சாண்ட்ரா சென்னைவாசி. மனிதவளத்துறையில் ஒரு பெரிய பன்னாட்டு நிறுவனத்தில் (MNC) வேலை பார்த்தார். நிறுவனம் பெரிய நிறுவனம்தான். ஆனால் அவருக்குக் கொடுக்கப்பட்டிருந்த வேலையில் அவருடைய மனம் லயிக்க வில்லை. மேலாளர்களின் ஊதியம், மற்றும் ஏனைய பட்டு வாடாக்களைச் சரிபார்க்கும் காம்பன்சேஷன் மற்றும் பெனிஃபிட்ஸ் (Compensation & Benefits) துறை. அரைத்த மாவையே அரைக்கும் வேலை. இந்தத் துறையில் சொந்தமாக எதுவும் யோசிக்க முடியாது என்பது பொருளல்ல. சுயமாக யோசித்து முடிவு எதையும் எடுக்கத் தேவைப்படாத வேலை. எல்லா வேலைகளையும் கம்ப்யூட்டர் பார்த்துக்கொள்ளும்.

பேசும்போதே அவர் வார்த்தைகளில் சலிப்பும் அலுப்பும் வழியும். நிறுவனம் பெரிய நிறுவனம். சீனியர் எக்ஸிகூட்டிவ் என்கிற மதிப்பான பதவி. சம்பளமும் அதிகம். வேறு நிறுவனங் களில் இவ்வளவு சம்பளமோ, இப்படிப்பட்ட பதவியோ அவர் செய்யும் வேலைக்குக் கிடைக்காது.

'வேலைதான் பிடிக்கவில்லை என்கிறீர்களே சான்ட்ரா, வேறு வேலை தேடவேண்டியதுதானே!' இப்படி பலர் ஆலோசனை சொல்லும்போது, 'ஆமாம். ஆமாம். வேறு வேலைக்குப்

போகத்தான் வேண்டும்' என்று முணுமுணுப்பாகச் சொல்வார். ஆனால், உதட்டளவில் மட்டுமே வேறு வேலை தேடுவார். அதைப் பற்றியத் தீவிர எண்ணம் அவரிடம் இல்லை. வேறு வேலைக்காக அவர் எந்த ஒரு நடவடிக்கையையும் எடுக்கவும் இல்லை. 'மிக நல்ல வேலையாகக் கிடைக்கட்டும். அதற்குப் பிறகு இந்த வேலையைக் கண்டிப்பாக விட்டுவிடலாம்' என்று வேலை தேடாமலேயே, தனக்குத் தானே சொல்லிக்கொண்ட சமாதானம் சொல்லிக்கொண்டார்.

அதற்கு, 'ஒரு நிறுவனத்தில் ஐந்து வருடத்துக்கும்மேல் வேலை செய்தால்தான் கருணைத்தொகை (கிராஜிவிட்டி) கிடைக்கும். அதனால் செய்துகொண்டிருக்கும் வேலையையிடக்கூடாது.' என்கிற நினைப்பு மட்டுமல்ல, 'செய்துகொண்டிருப்பது, சிரமமில்லாத வேலை. அதை ஏன் விடவேண்டும்?' என்று அடிமனத்தில் ஓடிக்கொண்டிருந்த நைப்பாசையும் கூட அவரது முயற்சியைத் தடுத்து நிறுத்தியிருந்தது.

தன் திறமைகளை வெளிப்படுத்தக்கூடிய, நல்ல முன்னேற்றத் தைத் தருகிற வேலை வேண்டும் என்கிற தீவிரம் அவரிடம் இல்லை. அவரைப் பொறுத்தவரை பல விஷயங்கள் முக்கிய மாக இருந்தன. கருணைத்தொகை. அதிக சிரமமில்லாத வேலை. அதிகாரம். இப்படியாகப் பல விஷயங்கள் தேவை யானதாக இருக்க, முன்னேற்றம் தரும் வேலை அவருக்கு முக்கியமானதாகப் படவில்லை.

அவரிடம் அபரிமிதமான திறமைகள் இருந்தன. அவற்றை அவரும் நன்கு உணர்ந்திருந்தார். ஆனால் அவர் வேலை செய்த இடத்தில், அந்தத் திறமைகளுக்கு மதிப்பில்லை. அவருடைய யோசனைகள் எதையுமே அங்கே வெளிபடுத்தவோ நடை முறைப்படுத்தவோ அவரால் முடியவில்லை. ஆனாலும் அகலக்கால் வைக்க ஏதொவொரு தயக்கம்.

வேலையில் கிடைக்கும் சௌகரியங்கள், சலுகைகள், பணி பாதுகாப்பு போன்றவை அவர் மனத்தின் ஆழத்தில் இருந்து வேலை செய்ததோ என்னவோ. அவர் வேலை மாற முயற்சிக்கவேயில்லை. அவருடைய அதிக வாய்ப்புகள் தராத அந்த வேலையை விட்டுவிட்டு, முன்னேற்றம் தரக்கூடிய வேறு வேலைகளுக்குப் போவதற்கான எந்த நடவடிக்கையையும் அவர் எடுக்கவில்லை.

ஆனால் அவருடன் பணிபுரிந்த பலரும் தங்களது திறமைகளை முழுவதுமாக வெளிப்படுத்த எண்ணி நிறுவனம் மாறி வாழ்க்கையில் பெரியப் பெரிய மாற்றங்களைக் கண்டனர்.

திறமை இருக்கிறது. வெளிப்படுத்தி முன்னேற ஆசையும் இருக்கிறது. ஆனால் அதற்கு வாய்ப்பு கிடைக்குமிடத்துக்கு போவதுதான் முக்கியம் என்று முடிவெடுக்கவில்லை. ஒரு கிளையை விடாமல், அதிலிருந்து கையை எடுக்காமல், எப்படி அடுத்த கிளைக்குத் தாவுவது? எந்தக் கிளை வேண்டும்? எது போனால் பரவாயில்லை? கூழா? மீசையா? தேவை: தீர்க்கமான முடிவுகள். காலம் தாமதித்தால் இழப்புகள் ஏற்படுவதைத் தடுக்கமுடியாது.

அந்த இளைஞருக்குத் திருமணம் செய்துவைப்பது என்று பெற்றவர்கள் முடிவு செய்கிறார்கள். அவரைக் கட்டாயப் படுத்துகிறார்கள். அந்த இளைஞர், பெற்றவர்களின் கட்டாயத் துக்காகப் பெண் பார்க்கப் போகிறார். அவருக்குப் பெண்ணைப் பிடித்தும்விடுகிறது. திருமண நாளை மட்டும் அன்றைக்கு முடிவு செய்யவில்லை. மற்றபடி இருவீட்டாரும் திருமணத் துக்குச் சம்மதித்திருந்தார்கள்.

வீட்டுக்கு வந்ததும், அவர் பார்த்துவிட்டு வந்த பெண்ணுக்கு போன் செய்கிறார். போனை எடுத்த மணப்பெண்ணிடம் தன்னை அறிமுகம் செய்துகொண்டு, மாப்பிள்ளையே பேசுகிறார்.

'எனக்கு ஏற்கெனவே திருமணம் ஆகிவிட்டது.'

கேட்டுக்கொண்டிருந்த பெண்ணுக்குப் பயங்கர அதிர்ச்சி. பின் அவரே தொடருகிறார்.

'ஜேசீஸ் அமைப்புத்தான் என்னுடைய முதல் மனைவி.'

அந்தப் பக்கமிருந்து இப்போது பெருமூச்சுவிடும் சத்தம் கேட்டது.

'சரி. சொல்லுங்கள்.'

'நான் இன்றைக்கு ஒரு ஆளாக இருப்பதற்குக் காரணம் இந்த அமைப்புதான். பத்து வருடங்களுக்கு முன் மாணவனாக இருந்தபோது, ஜேசீஸ் அமைப்பில் சேர்ந்தேன். இப்போது பொருளாதார ரீதியாக, சமுதாயத்தில் மதிப்புள்ளவனாக நல்ல

நிலையில் இருக்கிறேன். இதற்கெல்லாம், இந்த அமைப்புக் கொடுத்த அனுபவமும், வாய்ப்புகளும், வலிமையும்தான் காரணம். அதனால்...'

'அதனால்?'

'நம் திருமணத்தை ஒரு வருடம் தள்ளிப்போட்டுக் கொள்ளலாம்.'

'அதற்கும் நம் திருமணத்துக்கும் என்ன தொடர்பு?'

'கடந்த 5-ம் தேதிதான், பல வருடங்களாக, நான் மிகவும் ஆவலாக எதிர்பார்த்துக் கொண்டிருந்த மண்டலத் தலைவர் பொறுப்பை ஏற்றுக்கொண்டேன். மிகப்பெரிய பொறுப்பு. நன்கு செயலாற்றி என் நன்றியை இந்த அமைப்புக்குக் காட்ட வேண்டிய தருணம் இதுதான்.'

'அதனால்?'

'இப்போது திருமணம் செய்துகொண்டால், நேரத்துக்கு வீட்டுக்கு வரவேண்டியிருக்கும். அதிகம் வெளியூர் பயணங்கள் மேற்கொள்ள முடியாது. ஜேசிஸ் வேலையை முழுமையாகச் செய்யமுடியாமல் போய்விடும்.'

'சரி. இதையெல்லாம் என்னிடம் எதற்காகச் சொல்கிறீர்கள்?'

'இந்தப் பொறுப்புகளை நான் முடிக்கும்வரை, திருமண நாளைத் தள்ளிப் போடுவோம்.'

மணப்பெண்ணின் சம்மதம் பெற்றதுடன் நிற்கவில்லை. பெண்ணின் உடன் பிறந்த சகோதரியின் கணவரிடமும் பேசுகிறார். மணப்பெண்ணிடம் சொன்ன அதே காரணங்களை எடுத்துச் சொல்கிறார்.

'அதற்கென்ன மாப்பிள்ளை. நீங்க சொல்றது நல்லாப் புரியுது. கல்யாணத்தை நீங்க விரும்புகிற மாதிரி உங்க ஒரு வருடப் பொறுப்பு முடிந்த பிறகே வைத்துக்கொள்ளலாம். நீங்க உங்க பொறுப்பைக் கொஞ்சமும் குறையில்லாம செஞ்சு முடிங்க' என்கிறார் அவர்.

தனக்கு எது முக்கியம் என்பதைத் தெளிவாக விளக்கியதால் ஒரு வருடம் கழித்து மயிலாடுதுறையைச் சேர்ந்த ராமன் என்கிற அந்த இளைஞரின் திருமணம் எந்தவொரு தடங்கலுமின்றி நடந்தது.

'வீட்டுக்குப் பக்கத்தில் வேலை கிடைக்க வேண்டும்.' 'குறிப்பிட்ட நேரம்தான் வேலை இருக்க வேண்டும்', 'வேலை பார்க்கும் இடத்தில் எந்தப் பிரச்னையும் இருக்கக்கூடாது', 'பதவி உயர்வுக்கான வாய்ப்புகள் இருக்க வேண்டும்', 'வேலை கடுமையாக இருக்கக் கூடாது', 'ஊதியமும் கணிசமாக இருக்க வேண்டும்', 'கம்பெனியின் பெயரைச் சொன்னால் வெளியில் தெரிய வேண்டும்', 'நாலு பேர் மதிக்கிறாற்போல் வேலை இருக்க வேண்டும்.'

இவையெல்லாம் ஒரே வேலையில் சாத்தியம்தானா?

'வியாபாரம் 'கிடு கிடு'ன்னு வளரணும். ஆனா அதுல 'ரிஸ்க்' எதுவும் இருக்கக் கூடாது. அதிக முதலும் தேவைப்படாததா இருந்தால் நல்லது.'

எல்லாம் வேண்டும். எதையும் விடக்கூடாது. கக்கத்தில் இரண்டை இடுக்கிக்கொண்டு, தோளில் ஒன்றைப் போட்டுக் கொண்டு, வாயில் ஒன்றைக் கவ்விக்கொண்டு, கைகள் இரண்டும் கொள்ளாமல் பலவற்றையும் பிடித்துக்கொண்டு, இன்னுமென்ன கிடைக்கும் என்று கண்கள் அலைவதுபோல, சிலர் ஒரே நேரத்தில் பலவிஷயங்கள் வேண்டுமென்று முயற்சிப்பார்கள்.

ரயில்வே கேட் மூடியிருக்கிறது. கேட்டின் இரண்டு பக்கமும் கார்கள், பேருந்துகள், லாரிகள், ஆட்டோ ரிக்ஷாக்கள், இரு சக்கர வாகனங்கள் பலவும் அணிவகுத்து நிற்கின்றன. பின்னால் வரும் வண்டிகளில் சில, வரிசையில் நிற்காமல், 'சர், சர்' என்று முன்னே வந்து கேட்டின் அருகேயும் நிற்கின்றன. இப்படியே அடுத்தடுத்து சில வண்டிகளும் கேட் அருகில் வந்து நிற்க, கேட்டைச் சுற்றி அடைத்தாற்போல வண்டிகள் சூழ்ந்திருக் கின்றன.

தண்டவாளத்துக்கு மறுபக்கம் இருக்கும் கேட்டுக்கு வெளியிலும் இதே போலவே, கேட்டைச் சுற்றி வாகனங்கள் அடைத்துக் கொண்டு நிற்கின்றன. இப்படியாக இரண்டு கேட்டுகளைச் சுற்றி, பல வண்டிகள் உறுமிக்கொண்டிருக்கின்றன. சிறிது நேரம் ஆகிறது.

'தடதட'வென ரயில் அந்த இடத்தைக் கடந்துபோகிறது. கேட் திறக்கப்படுகிறது. காத்திருந்த வண்டிகள் இனி போக

வேண்டியதுதான். ஆனால், வாகனங்களின் ஹாரன் சத்தம் காதைப் பிளக்கிறது. கேட்டுக்குள் நுழைவதற்கு, முதல் வரிசையில் நிற்கும் பல வண்டிகளும் ஒரே நேரத்தில் முயற் சிக்கின்றன. ஆனால் எந்த வண்டியாலும் போக முடியவில்லை.

காரணம், எத்தனை வண்டிகள் போக முடியுமோ, அதைவிட அதிகமான வண்டிகள் ஒரே நேரத்தில் நுழைந்துபோக முயற்சிக் கின்றன. எல்லா வண்டிகளும் ஒன்றோடு ஒன்று உரசிக்கொண்டு நிற்கின்றன. நேரம் ஓடுகிறது. சத்தமும், பரபரப்பும், எரிச்சலும் தான் அதிகமாகிறதே ஒழிய, எந்த வண்டியாலும் கேட்டைக் கடந்து போக முடியவில்லை.

எல்லா வண்டிகளும் ஒன்றன் பின் ஒன்றாக நின்றிருந்தால், எளிதாக எப்போதோ கேட்டைக் கடந்து போயிருக்கலாம். எல்லா வண்டிகளும் 'நான் முந்தி, நீ முந்தி' என்று போட்டி போட்டதால் எந்த வண்டியாலும் போகமுடியவில்லை.

இப்படிக் காத்திருக்கும் வண்டிகளைப் போலத்தான், நாம் செய்ய நினைப்பவைகளும். ஒன்றன் பின் ஒன்றாகச் செய்தால், எல்லா வேலைகளும் சுலபமாக முடியும். எல்லாவற்றையும் ஒன்றுக்கொன்று முட்டிக்கொள்ளும்படி செய்தால் ஒரு வேலையும் ஒழுங்காக இருக்காது. தேவையற்ற தாமதமேற் படும். காத்திருக்கும் வண்டிகளில், அவசரமாக மருத்துவ மனைக்கு விரையும் ஆம்புலன்ஸ்ும் இருக்கலாம், பொதுத் தேர்வு எழுதப்போய்க் கொண்டிருக்கிற மாணவி பயணம் செய்யும் பேருந்தும் இருக்கலாம்.

எதற்கு முன்னுரிமை (Prioritation) கொடுப்பது என்பது நமக்குத் தெரிந்திருக்கவேண்டும். எது முதலில், எது பின்னால்? எல்லாவற்றிலும் ஒரு வரிசை வேண்டும். எல்லாவற்றையும் ஒரே நேரத்தில் செய்தால் பலன் குறைவாகக் கிடைக்கும். ஜேசீஸ் இளைஞர் செய்ததுபோலச் செய்யவேண்டும். முதலில் ஜேசீஸ் மண்டலத் தலைவர் வேலை. அதற்குப் பிறகு திருமணம். இரண்டையும் ஒன்றாக எடுத்துக்கொண்டிருந்தால், ஒருவேளை, இரண்டையும் தவறவிட்டிருக்கலாம்.

எதை முதலில் செய்ய வேண்டும் என்பதில் இருக்கிறது வெற்றியின் சூட்சுமம். எல்லாமே ஒரே நேரத்தில் செய்ய வேண்டிய முக்கியமான வேலைகளாக இருக்க முடியாது.

ராஜீவ் காந்தி, அப்பொழுது விமான பைலட்டாக இருந்தார். அமைதியாகப் போய்க் கொண்டிருந்தது வாழ்க்கை. அவருடைய சகோதரர் சஞ்சய் காந்தி ஒரு விமான விபத்தில் இறந்து போனார். பிறகு தாயார் இந்திரா காந்தியும் சுட்டுக்கொல்லப்பட்டார். 'நீங்கள்தான், கட்சிக்கும் நாட்டுக்கும் தலைமை ஏற்க வேண்டும்' என்று காங்கிரஸ் கட்சியின் மூத்த நிர்வாகிகளும் தலைவர்களும் கேட்டுக்கொள்ள, தனது பைலட் வேலையை விட்டுவிட்டார் ராஜீவ். அந்த வேகம் முக்கியம். முக்கியமாக, முடிவுகள் எடுக்கத் தெரியவேண்டும்.

ஐ.ஐ.டி.யில் (IIT) தான் படிக்க வேண்டும். அல்லது ஐ.ஐ.எம்.-ல் (IIM)தான் படிக்க வேண்டும். இப்படிச் சில மாணவ மாணவி யர்கள் தீர்மானம் செய்துகொள்வார்கள். இந்தப் படிப்புகளுக் கான நுழைவுத் தேர்வுகள் மிகக் கடினமானதாக இருக்கும். அதற்கு மிகக் கடுமையாக உழைக்கவேண்டியிருக்கும், படிக்க வேண்டியிருக்கும். கடுமையாக உழைத்தால்தான் தேர்ச்சி அடைய முடியும்.

இப்படி +2-வில் இவ்வளவு மதிப்பெண்கள், அல்லது குறிப் பிட்ட நிறுவனத்தில் வேலை பெறுவது என்று நோக்கம் எதுவாகவும் இருக்கலாம். நோக்கம் என்று ஒன்று இருந்தால், அதற்குத்தான் மிக அதிக முக்கியத்துவம் கொடுக்கவேண்டும். நோக்கத்தைத் தவறவிடும்போது, கூடவே தோல்வியும் வந்துவிடுகிறது.

சாப்பிடுவது, உறங்குவது, ஓய்வெடுப்பது, பொழுது போக்குவது, நண்பர்களுடன் இருப்பது, பிரயாணங்கள் மேற்கொள்வது, கதை படிப்பது, உறவினர்கள் வீடுகளுக்குப் போவது. இப்படி பல வேலைகள் இருக்கத்தான் செய்யும். இவையெல்லாம் முக்கியமில்லையா? என்று கேட்கலாம்.

அவையும் முக்கியம்தான். ஆனால், எல்லாவற்றையும் ஒரே சமயத்தில் சமமான முக்கியத்துவம் கொடுத்துச் செய்ய முடியாது. அப்படிச் செய்தால் நோக்கத்தை எட்டிப் பிடிக்க முடியாது.

கல்வியாண்டு முடிகிறது. இறுதித் தேர்வு நெருங்குகிறது. மாணவர்கள் கேட்கிறார்கள். 'இம்பார்டன்ட் கொஸ்டின்ஸ் என்னன்னு சொல்லுங்க சார்?'

'சரி. எழுதிக்கொள்ளுங்கள்.' என்று சொல்லிவிட்டு, ஆசிரியர் 50 கேள்விகள் கொடுத்தால் எப்படியிருக்கும்? எல்லாவற்றையும் படிக்க முடியாது என்பதால்தானே, மாணவர்கள் முக்கியமான கேள்விகள் எவை என்று கேட்டார்கள்.

நமக்கு எது முக்கியமோ அதன் மீது மட்டுமே கவனம் செலுத்துவது நல்லது. அல்லது அதற்கு மட்டுமே கூடுதல் கவனம் கொடுப்பது நல்லது. அதற்காகக் கூடுதல் உழைப்பு, அதன் மீது தனி அக்கறை செலுத்துவது இவையெல்லாம் நம் நோக்கத்தை நிறைவேற்ற உதவும் உந்துசக்திகள் என்பதை மறந்துவிடக்கூடாது.

ஹெச்.எல்.எல். (HLL) நிறுவனம் நூற்றுக்கணக்கான பொருள்க ளைத் தயாரித்து விற்பனை செய்து வருகிறது. குளியல் சோப்பு, சலவை சோப்பு, முகப்பவுடர் இப்படிப் பலபலப் பொருள் களைத் தயாரிக்கிறது. எல்லாவற்றுக்கும் விளம்பரங்கள். எல்லாவற்றுக்கும் விற்பனை முயற்சிகள். ஆனால், எல்லாப் பொருள்களும் ஒரே மாதிரி விற்பனை ஆகவில்லை. அந்த நிறுவனத்தின் லாபம் குறைந்தபோது, நிறுவனம் ஏன் என்று ஆராய்ந்தது. என்ன செய்யலாம் என்று யோசித்தது. அந்த நிறுவனம் எடுத்த முடிவு - 'எல்லாப் பொருள்களுக்கும் ஒரே அளவு முக்கியத்துவம் கொடுக்க வேண்டிய அவசியமில்லை' என்பதுதான்.

எந்தச் சில பொருட்களுக்கு மட்டும் முக்கியத்துவம் கொடுத்து விற்பனையை அதிகரிக்கச் செய்யலாம் என்று ஹெச். எல். எல். ஆய்வுகள் செய்தது. சில பொருள்களை மட்டும் தேர்ந் தெடுத்தது. அவற்றுக்கு 'பவர் பிராண்ட்ஸ்' (Power Brands) என்று பெயரிட்டது. அந்த நிறுவனத்தில் அவைதான் அதிகக் கவனம் பெறவேண்டிய பிராண்டுகள். அவற்றின் விற்பனை உயர்ந்தால் போதும். நிறுவனம் பெரும் லாபம் ஈட்டிவிடும். அவற்றுக்குக் கூடுதலாக விளம்பரம் செய்தார்கள். 'பேக்கிங்கை மெருகேற்றி னார்கள். 'சப்ளை' செய்வதில் பிரச்னை இல்லாமல் பார்த்துக் கொண்டார்கள். பணம் கொட்டோ கொட்டென்று கொட்டியது.

படிக்கப்போன இடத்தில், வேலை பார்க்கிற இடத்தில், வியாபாரம் செய்கிற இடத்தில் நமக்கு என்ன வேண்டும்? எதற்காக இங்கே வந்திருக்கிறோம்? எது நமக்கு முக்கியம் ஆகியவற்றைச் சரியாகப் புரிந்துகொண்டிருப்பவர்கள்,

தேவையில்லாத விஷயங்களில் மாட்டிக்கொள்வதில்லை. ஒதுங்கிவிடுவார்கள். விட்டுக்கொடுப்பார்கள். தியாகம் செய் வார்கள். இதனால் அவர்களுக்கு என்ன காரணத்துக்காக அந்த நிறுவனத்துக்குள் நுழைந்தார்களோ அது நிறைவேறிவிடும்.

ஆங்கிலத்தில் Desirable, Essential, Vital என்பார்கள். இதில் மூன்றாவதான வைட்டல் தான் கட்டாயம்.

சுண்டுவிரல். என்ன ஓர் அழகு! அதை ஏன் இழக்க வேண்டும். சுண்டுவிரல் எல்லோருக்கும்தானே இருக்கிறது?

எல்லாம் சரி. சுண்டுவிரலா? இதயமா? இந்தக் கேள்விகூட வேண்டாம், சுண்டுவிரலா? அல்லது காலா? எதை வைத்துக் கொள்வது முக்கியம்? என்கிற கேள்வியை, அறுவை சிகிச்சை நிபுணர், சர்ஜன் கேட்டால், எது முக்கியம் என்று சொல்வோம்?

எத்தனையோ சர்க்கரை வியாதிக்காரர்களுக்கு, கால் விரல்களை எடுத்திருக்கிறார்கள், காலைக் காப்பாற்ற. பின்பு காலையே கூட எடுத்திருக்கிறார்கள், உயிரைக் காப்பாற்ற.

கால்தான் முக்கியம், விரல் போகட்டும்.

உயிர்தான் முக்கியம். கால் போகட்டும்.

விரல்தான் முக்கியம் என்றால் சர்க்கரையைச் சாப்பிடுவதைக் குறைத்திருப்பார் அல்லது விட்டிருப்பார். செய்யவில்லை. முக்கியம் எது என்று முடிவு செய்யாததால் வந்த வினை. விரல் போகும்! பின்பு கால் முக்கியம் என்று விட்டுவிட்டால், அபாயத்தில் மாட்டிக்கொள்ளும் உயிர்!!

எது முக்கியம் என்று தெரியாமல் போனால் இழப்புகளைக் கட்டாயம் சந்தித்தே ஆகவேண்டும்.

6. மனதில் உறுதி வேண்டும்

எப்படி ஒருசிலரால் மட்டும் எடுத்த வேலையில் வெற்றி பெறமுடிகிறது? அவர்கள் உடம்பு காந்தியைப்போலப் பூஞ்செயாக இருக்கலாம். அல்லது அவர்களின் பொருளாதாரச் சூழ்நிலை பரிதாபம் அளிக்கக்கூடியதாக இருக்கலாம். கல்வி அறிவு இல்லாமல் இருக்கலாம். கைகொடுக்க, துவண்டால் தட்டிக்கொடுக்க இப்படிப்பட்ட ஆறுதல் மனிதர்கள் உடன் இல்லாமலும் இருக்கலாம்.

ஆனால் இந்தச் சூழலில் வாழ நேர்ந்தவர்களால் எப்படி ஜெயிக்க முடிகிறது?

நம் மனத்தில் முடியாது என்று தோன்றாதவரை, நம்மிடம் சக்தி இருக்கும். No one is ever defeated until one has accepted defeat in his mind as a reality என்பார்கள்.

மனிதன் முதலில் தோற்பது தன்னுடைய மனத்திடம்தான். தோல்வியை ஏற்றுக்கொள்ளாத வரை, வெற்றி சாத்தியம். எந்தக் கணம் வெற்றி வாய்ப்பு குறைவதாக நம் மனத்துக்குப் படுகிறதோ, அப்போது நம் பலம் குறைய ஆரம்பிக்கிறது. முயற்சி குறைகிறது. வெற்றி விலகுகிறது. அங்கே ஒளிர்ந்தால் இங்கேயும் ஒளிரும்.

கரப்பான் பூச்சியை அடித்துப் போட்டால், கொஞ்ச நேரம் தவிக்கும். கைகால்களை உதறும். மீண்டும் நகர ஆரம்பித்து விடும். சற்று நேரத்தில் ஒரு சின்ன எவ்வலுடன் பறக்கக்கூடச் செய்யும். மீண்டும் அடிபட்டாலும் அப்படியேதான் செய்யும். கடைசிவரை அது தனது தோல்வியை ஏற்றுக்கொள்ளவே செய்யாது. அதனால் எழுந்துவிடும்.

பழனியப்பன் என்பவர் பெல் நிறுவனத்தில் உதவிப் பொது மேலாளராகப் (AGM) பணியாற்றியவர். ஒரு ரயில் பயணத்தின் போது, மிகக்கோரமான விபத்தைச் சந்தித்தார். ரயிலில் இருந்து தூக்கி எறியப்பட்டார். விபத்து நிகழ்ந்த இடம், ஆள் நடமாட்டம் இல்லாத இடம்.

நள்ளிரவு. வெளிச்சம் இல்லை. சுற்றிலும் ஓலக்குரல்கள், ரத்தத்தின் நாற்றம், இறந்தவர்கள், அடிபட்டு அலறுபவர்கள். பழனியப்பனுக்கு, தனக்கு எவ்வளவு அடிபட்டிருக்கிறது என்று தெரியாது. அவர் மீது ஏதோ ஒரு கனமான பொருள் அல்லது யாருடைய உடலோ விழுந்து அழுத்திக்கொண்டிருக்கிறது. கைகால்களை அசைக்கக்கூட முடியவில்லை. கையும் காலும் இருக்கின்றனவா, வெட்டுப் பட்டுவிட்டனவா? எதுவும் தெரியாது. வாய் வறண்டு போகிறது. கண்கள் செருகுகின்றன. அனேகமாக அதிக ரத்தப்பெருக்குக் காரணமாக இன்னும் சற்று நேரத்தில், தான் மயக்கம் அடைந்துவிடலாம் என்று அவருக்குப் புரிகிறது.

பழனியப்பன் மனத்துக்குள் பல சிந்தனைகள். இன்னும் உதவிக்கு ஆள் வரவில்லை. செய்தி எட்டி உதவிவர சற்றுத் தாமதமாகலாம். ஆனால், நிச்சயம் வந்துவிடுவார்கள். அப்படி உதவிக்கு வருபவர்கள், முதலில் உயிருக்குப் போராடுப வர்களைத்தான் இடிபாடுகளில் இருந்து அகற்றுவார்கள். உடனடியாக மருத்துவமனைகளுக்கு எடுத்துச் செல்வார்கள்.

தான் உயிரோடுதான் இருக்கிறோம். ஆனால் உடம்பில் எங்கெங்கோ அடிபட்டு இருக்கிறது. எங்கே, எவ்வளவு என்று தெரியவில்லை. எழுந்துக்கொள்ள யாருடைய உதவியாவது நிச்சயம் வேண்டும். அதனால், அவர்கள் வரும்வரை மயங்கி விடக்கூடாது. அவர்கள் தேடும்போது குரல் கொடுத்தால்தான், தான் உயிருடன் இருப்பது அந்த இருட்டில் தெரியும். நம்மைத் தூக்குவார்கள். அவசர சிகிச்சை கிடைக்கும். பிழைக்கலாம். மயங்கிவிட்டால் அத்தனையும் போச்சு.

பழனியப்பனின் மனம், அவருக்குச் சொல்கிறது. 'என்ன ஆனாலும் சரி. மயக்கம் மட்டும் அடைந்துவிடாதே! இதோ உதவிக்கு ஆட்கள் வந்துவிடுவார்கள். மயங்க மாட்டேன் நான் மயங்க மாட்டேன்.'

என்ன ஆச்சரியம்! அவர் மயங்கவில்லை. உதவிக்கு ஆள்கள் வந்தார்கள். பக்கத்தில் இருந்த மருத்துவமனைக்கும், பின் வேலூர் சி.எம்.சி. மருத்துவமனைக்கும் போய் சிகிச்சை கொடுத்தார்கள். வயிற்றில் ஏகப்பட்ட அடி. கிட்னியிலும் அடி. விலா எலும்பு உடைந்து குத்தி, குடலில் ரத்தம் கசிந்துகொண்டே இருந்திருக்கிறது. எல்லாவற்றையும் சரி செய்துவிட்டார்கள். இப்போது சென்னையில் சொந்தமாக ஒரு இன்ஜினீயரிங் நிறுவனம் ஒன்றை நடத்திவருகிறார். வாழ்க்கையில் வெற்றி பெற்ற ஒரு மனிதராகக் கருதப்படுகிறார்.

அவ்வளவு பெரிய ரயில் விபத்தில் அத்தனை அடிகள் பட்டும், அவர் பிழைத்துக்கொண்டார். எல்லாம் மனவலிமை செய்த மாயம். 'அவசர சிகிச்சை உதவிக்கு ஆள்கள் வரும்வரை மயக்கமடைய மாட்டேன்' என்று அவர் உறுதியாக இருந்தார். தன்னிடமுள்ள சக்தியை அந்த நேரத்திலும் பயன்படுத்திக் கொண்டார்.

J&K ரைஃபில்ஸ் படைப் பிரிவைச் சேர்ந்த சுபேதார் சுசாந்த் சொன்ன தகவல் இது.

'நாங்கள் மொத்தம் 30 பேர் அங்கேயிருந்தோம். 'கார்கில் பாயிண்ட் 4875' ஐக் கைப்பற்றுங்கள்' என்பது எங்களுக்கு இடப்பட்டிருந்த கட்டளை. கும்மிருட்டு. நடுங்கவைக்கும் குளிர். யார் சுடுகிறார்கள்? எங்கிருந்து சுடுகிறார்கள்? என்பதே தெரியாத நிலை.

எதிரிகள் வானில் இருந்து தொடர்ந்து சுட்டுக்கொண்டிருந் தார்கள். இரவு முழுக்க நடந்த ஆக்ரோஷமான சண்டை. விடியும் நேரம். எதிரிகளை விரட்டிவிட்டு, வெற்றிகரமாக, மூவர்ணக் கொடியை அங்கே பறக்கவிட்ட போது, மிச்சம் இருந்தவர்கள் நாங்கள் நால்வர்தான். எல்லோருமே என்னைப் போன்ற சுபேதார்கள் (சோல்ஜர்).

ஆம். பாயிண்ட் 4875-ஐக் கைப்பற்ற, அன்றைய தினம், கேப்டன் உள்பட 26 நபர்கள் வீரமரணம் அடைந்திருந்தார்கள். கேப்டன் இறந்தவிதம் பற்றிச் சொல்கிறேன். வெற்றிக்கொடி ஏற்று வதற்குச் சற்று முன்னால் நடந்தது இது. சற்றுத் தூரத்தில் இருந்து பார்த்தபோது, எங்கள் குழுவைச் சேர்ந்த சுபேதார்களில் ஒருவன் காயங்களுடன் அடிபட்டு நகரமுடியாமல் கீழே கிடப்பது தெரிகிறது. பங்கர்களில் பதுங்கிக்கொண்டு, எதிரிகள் அவன் மீது விடாமல் சுடுகிறார்கள்.

'அவனைப் போய் நான் தூக்கி வந்துவிடுகிறேன்' என்று நான் கிளம்புகிறேன். ஆனால் எங்கள் கேப்டன், என்னைப் போக அனுமதிக்கவில்லை. பதிலாக அவரே போகிறார்.

செல்வதற்கு முன் அவர் சொல்கிறார், 'நான் ஜென்டில்மென் கேடெட் ஆக உறுதிமொழி எடுத்துக்கொண்ட போது, 'தாய்நாட்டின் நலனும் பாதுகாப்பும் எனது முதல் நோக்கம். என்னுடைய படைவீரர்களின் நலனும் பாதுகாப்பும் இரண்டாவது நோக்கம். மூன்றாவதாகத்தான் என்னுடைய சொந்த நலனும் பாதுக்காப்பும்' என்று உறுதிமொழி எடுத்துக்கொண்டேன். அதனால் நான்தான் அவனைக் காப்பாற்றப் போகவேண்டும். நீங்கள் போகவேண்டாம். உங்கள் உயிருக்கும் ஏதும் ஆகக்கூடாது.'

எதிரிகளின் புல்லட்டுகளில் இருந்து தப்பிப்பதற்குக் குனிந்தபடி வேகமாக ஓடினார் கேப்டன். கீழே விழுந்துகிடந்த சுபேதாரைத் தூக்கியும்விட்டார். ஆனால் அவரால் திரும்பி வரமுடிய வில்லை. எதிரிகள் வரவிடவில்லை. சுட்டுவிட்டார்கள்.'

மனத்திலே வலிமை. தான் இறந்து போனாலும் போகலாம் என்பது கேப்டனுக்குத் தெரிகிறது. இருந்தாலும் போகிறார். அதுதான் அவர் தன் கடமையின்மீது கொண்டுள்ள பற்று.

நேரத்துக்கு உணவு வேண்டும். மின்சாரத் தடையில்லாமல் இரவில் தூங்க வேண்டும். வார விடுமுறைகளில் வேலை

பார்க்கக்கூடாது. ஒரு நாளைக்கு இவ்வளவு நேரம்தான் வேலை பார்க்கவேண்டும். செய்யும் வேலைக்கு ஏற்ப ஊதிய உயர்வு வேண்டும், சுற்றுலா போகவேண்டும், குடியிருக்க வீடு வேண்டும் என்றா கேட்கிறார்கள்? எதுவுமே அவர்களுடைய பேச்சில் மட்டுமில்லை, நினைப்பிலேயே வராது.

எடுத்துக்கொண்ட செயலை முடித்தாக வேண்டும். அதுமட்டும் தான் முக்கியம். அதற்காக எத்தனை பகல், இரவு வேண்டு மானாலும் அவர்கள் தொடர்ந்து வேலை செய்யத் தயார். அதனால் என்ன? எப்படியிருக்கிறோம்? என்ன சாப்பிடு கிறோம்? எங்கே தங்குகிறோம்? எதுவும் அவர்களுக்கு ஒரு பொருட்டில்லை.

தங்கள் உயிரையே கொடுக்கிறார்கள், கொடுப்பதற்குத் தயாராக இருக்கிறார்கள். வழிமுறை சரியோ, தவறோ அவர்களுக்கு லட்சியம் முக்கியம். அதை அடைவதுதான் அவர்களுடைய குறிக்கோள். ஒரே குறிக்கோள்.

அமிதாப்பச்சனின் கரகரப்பான குரலுக்குக் கோடிக்கணக்கான ரசிகர்கள் இருக்கிறார்கள். அதெல்லாம் இப்போதுதான். அவரது ஆரம்ப காலம் ரணகளமாக இருந்தது அவருக்கு. பல வேலைகளுக்கு முயற்சி செய்துவிட்டு, அகில இந்திய வானொலியில் சேருவதற்கு முயற்சி செய்தார். குரல் தேர்வு நடந்தது. முடிவு? அவர் தேர்வு செய்யப்படவில்லை. தோல்வி. பிறகு, திரைப்படங்களில் நடிக்க வாய்ப்புத் தேடினார். தயாரிப்பாளர்கள் அவர் ஒத்துவரமாட்டார் என்று ஒதுக்கி னார்கள். காரணம்? அவருடைய உயரம்! 6.3' என்கிற உயரம், சினிமாவுக்கு ஒத்துவராது என்றார்கள்.

எப்படியோ இந்தி திரைப்பட உலகத்துக்குள் நுழைந்தார். முதல் படம் சாத் ஹிந்துஸ்தானி. அதில் நடித்த அவருக்கு, சிறந்த புதுமுக நடிகருக்கான தேசிய விருது கிடைத்தது. அதற்குப்பிறகு அவர் நடித்த எல்லாப் படங்களும் வசூலை வாரிக் குவித்த படங்கள்தான். இந்தி திரையுலகில் சக்கைப் போடு போட்டார் அமிதாப். பல படங்களில் நடித்துக் கிடைத்த பணம் மொத்தத் தையும் போட்டு, 1996-ல் 'அமிதாப் பச்சன் கார்ப்பரேஷன் லிமிடெட்' என்ற ஒரு நிறுவனத்தைத் தொடங்கினார். தொடர் நஷ்டம் ஏற்பட்டது. தாங்க முடியாத அளவுக்கு நஷ்டம். எல்லோரும் 'அமிதாப் அவ்வளவுதான்' என்றார்கள்.

அமிதாப் விழுந்தார்தான். ஆனால், அழவில்லை. தட்டிவிட்டுக் கொண்டு எழுந்தார். 'கோன் பனேகா குரோர்பதி' நிகழ்ச்சியை நடத்தினார். இழந்த எல்லாவற்றையும் திரும்பப் பெற்றார். மனத்தில் இருந்து வந்த சக்தி. என்னால் முடியும் என்கிற எண்ணம். அதற்கேற்ற உழைப்பு. தோல்வியால் எல்லா வற்றையும் இழந்தேன் என்று நாள் முழுக்கப் பேட்டியளித்துக் கொண்டிருப்பதைவிட, தோல்வியிலிருந்து எப்படி எழுந்தேன் என்று பேட்டியளிக்கும் அளவுக்கு வாழ்க்கையில் மாற்றம் கண்டிருக்கிறார் அவர்.

Tough times never last. Tough people do என்பதை நிரூபித்தார்கள். கடுமையான சோதனைகள் நிலைப்பதில்லை. அவற்றைச் சமாளிக்கும், வலிமையான மனிதர்கள்தான் நிலைப்பார்கள்.

Down but not out. விழுவது பிரச்னையல்ல. எழாமல் இருப்பது தான், தரையிலேயே கிடப்பதுதான் பிரச்னை.

கங்குலி. 49 டெஸ்ட் பந்தயங்களில் கேப்டனாக இருந்தவர். அவற்றில் 21 போட்டிகளில் இந்தியாவுக்கு வெற்றி வாங்கித் தந்தவர். தூக்கி அடித்தார்கள். குழுவிலேயே கிடையாது என்றார்கள். அவர் இல்லாமல் ஆடினார்கள். பேட்டிகள் கொடுத் தார்கள். கெக்கலித்தார்கள்.

கங்குலி சோர்ந்துவிடவில்லை. அசரவில்லை. மேற்கு வங்காளத்தின் முதலைமைச்சர் புத்தேவ் பட்டாச்சார்யா மற்றும் நாடாளுமன்ற சபாநாயகர் சோம்நாத் சாட்டர்ஜி முதலியவர்கள்தான் அதிகம் பேசினார்கள். கங்குலியை எடுக்காதது தவறு என்று குரல் கொடுத்தார்கள். கங்குலி பேசவில்லை. செயலில் தீவிரம் காட்டினார். ஓர் ஆரம்பக்கால விளையாட்டுவீரரைப்போல பயிற்சிகள் செய்தார். அமைதி யாக நடந்துகொண்டார். மீண்டும் நிலையான இடத்தைப் பிடித்தார்.

இத்தனைக்கும் இடைப்பட்ட காலத்தில் அவர் ஒன்றும் பெரிதாக ரன்கள் அடித்துத் தன் திறமையை நிரூபிக்கவில்லை. அவரது மனோதிடம்தான் அவரது மறுபிறப்புக்கு வழி செய்திருக்கிறது. என்னால் அணியில் மீண்டும் இடம்பெற முடியும் என்று எல்லாப் பேட்டிகளிலும் சொல்லிக்கொண்டி ருந்தார். இறுதியில் ஜெயித்தது கங்கூலியின் நம்பிக்கைதான்.

ஆண்டணி ராபின்ஸ் சொல்கிறார்: 'உங்களுடைய சூழ்நிலைகள் அல்ல; உங்களுடைய முடிவுகள்தான் உங்கள் எதிர்காலத்தை முடிவு செய்கின்றன.'

அப்பா சரியில்லை. மிகச் சிறிய ஊர். டைபாய்ட் காய்ச்சல். சுற்றம் சுரண்டியது. நிறுவனத்தை மூடிவிட்டார்கள். அரசின் கொள்கை மாறிவிட்டது. நம்பியவர்கள் ஏமாற்றிவிட்டார்கள். காலம் மாறிவிட்டது.

இருக்கலாம். போகட்டும். முடிவெடுங்கள். இனி என்ன செய்யப்போகிறோம் என்று முடிவு செய்யுங்கள். அதுதான் மாற்றத்தைக் கொண்டுவரும்.

'இனிமேல் போயா? எல்லாப் பணமும் போய்விட்டதே!', 'வயது நாற்பது ஆகிவிட்டதே!', '10 வருட சர்வீஸ் முடிந்து விட்டதே!', 'பலரும் இதே வியாபாரத்தை ஆரம்பித்து விட்டார்களே!'

அதனால் என்ன? முடிந்தது முடிந்ததாக இருக்கட்டும். இனி ஆக வேண்டியதைப் பார்க்கவேண்டும். படிப்பினை, பாடங்களுக் காக மட்டும்தான் கடந்த காலங்களைத் திரும்பிப் பார்க்க வேண்டும். தோல்விகளைத் துடைத்துவிட்டு வரும் காலங்களுக் காகத் திட்டமிடுவதுதான் புத்திசாலித்தனம்.

குறித்த நேரத்தில் ஒரு வேலையைச் செய்துமுடிக்க முதலில் நம்மிடம் அது பற்றிய நம்பிக்கை உருவாகவேண்டும். மனத்தில் நம்பிக்கைத் தோன்றாமல் எந்தவொரு காரியத்தையும் குறித்த நேரத்தில் செய்துமுடிக்க முடியாது.

மனத்துக்கும் உடலுக்கும் மிகவலுவான தொடர்பு உண்டு. ஆழ் மனம் எதை நம்புகிறதோ அதை உடல் நிறைவேற்றி வைக்கும். உடலுக்குச் சிந்தனை கிடையாது. சொந்த புத்தி கிடையாது. சுயமாகச் செயல்படாது. மூளை சொல்வதைத்தான் செய்யும். மூளைதான் மனம்.

மனம், 'செய், உன்னால் முடியும்' என்று சொல்லிவிட்டால், எந்த வேலையாக இருந்தாலும் அதைச் செய்ய உடல் முயற்சிக்கும். கேள்வியே கேட்காது.

விளையாட்டுகளில் மட்டுமல்ல; சண்டைகளில்கூட உடல் வலிமை மிக்கவர்களை மனவலிமை கொண்டவர்கள் அடித்துத்

துவைத்துவிடுகிறார்கள். மனவலிமை இருப்பவர்கள் வாழ்க்கையிலும் ஜெயிக்கிறார்கள்.

உண்மைதான். மறுக்க முடியாது. மனத்தால் முடியும். அதற்கு சக்தி இருக்கிறது. எல்லாம் சரி. சிலருடைய மனத்துக்கு மட்டும் தானே அந்தச் சக்தி இருக்கிறது! எல்லோருக்கும் ஏன் இருப்பதில்லை. அந்த மனம் என்ற பேட்டரியை 'சார்ஜ்' செய்வது, மனத்துக்கு சக்தி கொடுப்பது எது?

மனநலம் குன்றியவர் அவர். அழுக்குச்சட்டை. அது கிழிந்திருக்கிறது. பரட்டைத் தலை. சாக்கடையில் கிடந்த ஒரு மரக்குச்சியைக் கையில் எடுத்துக்கொள்கிறார். குச்சியை உயர்த்திப் பிடித்தபடி கம்பீரமாக நடக்கிறார். நடையில் மிடுக்குத் தெரிகிறது. தலையை நிமிர்த்தி, சுற்று முற்றும் பார்க்கிறார். அவர் ராஜாவாம். அப்படித்தான் நினைத்துக் கொண்டிருக்கிறார்.

நாம் அப்படி நடப்போமா? நடக்க மாட்டோம். காரணம், நமக்கு நாம் ராஜா இல்லை என்பது தெரியும். அதாவது நமது மனத்துக்குத் தெரியும், நாம் அரசன் இல்லை என்பது. அதனால் குச்சியைப் பிடித்துக்கொண்டு கம்பீரமாக நடக்க மாட்டோம்.

ஆனால் அவர் அப்படி நடக்கிறார். காரணம், அவருடைய மனம் அவருக்குச் சொல்கிறது, 'நீ ராஜா.' 'We are what we believe' என்கிறார் ஆன்டன் செக்காவ்.

எவ்வளவு பெரிய ஆங்கிலப் பேரரசு! எவ்வளவு படைகள்!! பீரங்கிகள். எல்லாவற்றையும் தாண்டி வெற்றிபெறமுடியும் என்று நம்பியது மட்டுமல்ல, மற்றவர்களையும் நம்ப வைத்தவர் மகாத்மா காந்தி. 'அடிப்பார்கள். அடிக்குப் பயப்படாதே. வந்தேமாதரம் என்று சொல்லியபடி முன்னேறு. அடிவாங்கு. வலிக்காது.' சொன்னார். ஆயிரக்கணக்கானவர்கள் லட்சக் கணக்கானவர்கள் லத்தி அடி வாங்கினார்கள், தாங்களாக முன்வந்து. நம்பிக்கை செய்த வேலை.

'தெய்வம் என்றால் அது தெய்வம். அது சிலை என்றால் வெறும் சிலைதான்' என்று கண்ணதாசன் பாடினார். நம்பினோர் கெடுவதில்லை. தன்னையே நம்பினோரும்தான்.

நம்முடைய வாழ்க்கையின் தரம் எதனால் முடிவு செய்யப் படுகிறது? நாம் நமக்கு என்ன சொல்லிக்கொள்கிறோமோ, எதைச் செய்கிறோமோ, அதைப் பொறுத்துத்தான் முடிவு செய்யப்படுகிறது.

'என்னால் முடியும்.' 'நான் செய்வேன்.' 'நான் இதனைச் செய்தே ஆகவேண்டும்.' 'இது எனக்கு மிகவும் முக்கியம்.' இப்படியே எண்ணுவது. இதற்கு மாறான எதிரான எண்ணங்களை உள்ளே விடாமல் இருப்பதுதான் வெற்றிக்கு வழி.

படித்தால் நல்ல வேலை கிடைக்கும். நல்ல சம்பளம் கிடைக்கும். நன்கு வசதியாக இருக்கலாம் என்று தெரிகிறது. ஆனால், சிலர்தான் அதைச் செய்கிறார்கள். அதே நினைப்பாக, அதே வேலையாக. தன் பலம் என்ன என்று தெரிகிறது. அதனைச் சரியாகப் பயன்படுத்தினால் பலன் கிடைக்கும் என்றும் தெரிகிறது. ஆனால், எல்லோரும் அதைச் செய்வதில்லை.

நல்லது என்று தெரிந்த எல்லா விஷயங்களையும் எல்லோரும் செய்வதில்லை. செய்யாததால் நமக்கு எவ்வளவு இழப்பு என்று யோசித்துப் பார்ப்பதில்லை.

செய்வது சிரமம்தான். அதற்காகச் சில சுகங்களைவிட வேண்டித்தான் இருக்கும். சிலவற்றை அனுபவிக்க முடியாமல் தான் போகும். சில சந்தோஷங்களைத் தவறவிடவேண்டித்தான் இருக்கும்.

நாமே நமக்கு இப்படி வாக்குறுதி கொடுத்துக் கொள்ள வேண்டும். 'இப்படித்தான் நடந்துகொள்வேன்.' 'இப்படித்தான் செய்வேன்.' 'வேறுவிதமாகச் செய்ய மாட்டேன்.' 'எனக்கு இது வேண்டும். அதனால் அதைப் பெறுவதற்குச் செய்யவேண்டி யதைச் செய்தே தீருவேன்.'

என்னால் முடிந்த எல்லாவற்றையும் செய்வேன் என்று முடிவு செய்கிறபோது, வாழ்க்கை மாறிவிடும்.

முதலில் வெல்ல வேண்டியது நம்மைத்தான். போட்டி நம்மோடுதான். மோதல் நம்மோடுதான். வெல்ல வேண்டியது நம்மைத்தான். It is mostly You vs You.

வெற்றி சூத்திரம் இதுதான். அதற்கான படிகள்,

- தன்னை அறிதல்

- தன்னை நிர்வகித்தல்

- தன்னை மேம்படுத்துதல்

'தன்னை அறிதல் என்பது ஏற்கெனவே தெரிந்ததுதான். பலரும் சொன்னதுதான். அது இருக்கட்டும். அடுத்தது என்ன?' என்று கேட்க வேண்டாம். காரணம் தன்னை அறிதல் என்பதே மிகப்பெரிய சூட்சுமம்.

வீட்டில் சிறு குழாயில் தண்ணீர் பிடிக்கிறோம். தண்ணீர் கொட்டுகிறது.

உண்மையில் தண்ணீர் வருவது ஆழ் குழாய்க் கிணறு மூலமாக. கிணற்றின் வாய் சிறியதுதான். ஆனால் அதன் ஆழம்? அதில் இருக்கிறது ரகசியம். நயாகரா உலகின் மிகப் பெரிய நீர்வீழ்ச்சி. எவ்வளவு பெரிய நதி! அதில் இருந்து எவ்வளவு பெரிய ஏரி!! ஆனால் அதன் ஆரம்பம்? மிகச் சிறிய சுனை போன்றது. வருடம் முழுக்கப் பிரவாகமெடுத்து ஓடும் தீராநதி கங்கையின் தொடக்கமும் அப்படித்தான்.

அப்படிப்பட்டதுதான், தன்னை அறிதல் என்கிற தாத்பரியமும். கிணற்றின் வாய் பார்த்து சிறியது என்று விட்டுவிடக் கூடாது. தன்னை அறிதல் என்பது மிகவும் முக்கியமான, யோசிக்க வேண்டிய ஒன்று.

நம் பலம் பெரியது.

ஒரு சாத்துக்குடி பழத்துக்குள் எத்தனை விதைகள் இருக்கும்? அது சாத்துக்குடி பழத்தின் அளவைப் பொறுத்தது என்று சொல்ல லாம். பெரிய பழம் என்றே வைத்துக்கொள்வோம். எவ்வளவு கொட்டைகள் இருக்கும்?

ஐந்து? பத்து? இருபது?

பழத்துக்குள் இருக்கும் கொட்டைகளை எண்ணிவிடமுடியும். ஆனால், ஒரு கொட்டை(விதை)க்குள்ளே இருக்கும் பழங்களை எண்ண முடியுமா? அளவிட முடியுமா?

பழத்தில் இருக்கும் ஒவ்வொரு விதையும் மரமாகும். மரங்கள் பூக்கும். பிஞ்சுவிடும். காய்த்துக் குலுங்கும். பின்பு, காய்க்கும்

ஒவ்வொரு பழத்துக்குள்ளும் ஏராளமான கொட்டைகள் இருக்கும். அவை பின்பு மரங்களாகும், பூக்கும்!

நம் பலம் என்பது கொட்டைக்களுக்குள் இருக்கும் பழங்கள் போன்றது. அளவிடவே முடியாது. எண்ணிலடங்காதது. அடக்குவது நாம்தான். நமது எண்ணங்கள்தான். நம்மைக் கட்டுப்படுத்துவது நம்மைப் பற்றிய நம்முடைய நம்பிக்கைகள் தான்.

1970-களில் இந்தியாவுக்குப் பெருமை தந்த விளையாட்டு கிரிக்கெட் அல்ல ஹாக்கி. கிரிக்கெட் அணியும் அப்போது இருந்தது. ஆனால் வலுவில்லாமல் இருந்தது. காரணம் வேகப் பந்து வீச்சாளர்கள் அணியில் இல்லை. போட்டி ஆரம்பித்ததும் கர்சன் காவ்ரியும் மதன்லாலும் ஆளுக்கு இரண்டு ஓவர்கள், பேருக்குப் போடுவார்கள். அதற்குப் பிறகு, சுழற்பந்துவீச்சாளர் பிஷன் சிங் பேடி வந்துவிடுவார். இந்தியா என்றால் அப்போதெல்லாம் ஸ்பின்னர்கள் தான்.

அப்போது அணிக்குள்ளே வந்தவர்தான் கபில்தேவ். வேகப் பந்து வீச்சாளர். உலகத் தரத்துக்குப் பந்துவீசும் வேகப்பந்து வீச்சாளர். அதிக எண்ணிக்கையிலான டெஸ்ட் விக்கெட்டுகள் எடுப்பதில் உலக சாதனை படைத்தார். வேகப்பந்து வீச்சாளர்களை எங்களாலும் உருவாக்க முடியும் என்கிற நம்பிக்கையை உலகுக்கு எடுத்துரைத்தார்.

அவர் ரிடையராகி பேரும் புகழோடும் வாழ்ந்துகொண்டிருந்த சமயத்தில் இந்தியன் கிரிக்கெட் லீகை ஆரம்பித்தார். இந்தியக் கிரிக்கெட் வாரியம் கபில்தேவ் மீது கோபம் கொண்டது. வேறு யாராக இருந்தாலும் இனிமேல் எனக்கு இதுபோன்ற வம்புகள் எதற்கு என்று ஒதுங்கியிருப்பார்கள்.

ஆனால் கபில்தேவுக்கு நம்பிக்கை இருந்தது. அவர் இந்திய அணியின் தலைவராக இருந்தவர். நிறைய இளைஞர்களை ஊக்குவித்தவர். அந்த நம்பிக்கையில் தைரியமாக ஐ.சி.எல் அமைப்பைத் தொடங்கினார்.

எல்லோரும் திகைத்துப் போனார்கள். பி.சி.சி.ஐ என்கிற பணமுதலையோடு கபில்தேவ் தன்னந்தனி ஆளாக எப்படிப் போராடுவார் என்றார்கள்.

ஆனால் கபில்தேவ் மனம் தளரவில்லை. எல்லாவற்றுக்கும் தொடக்கம் என்று ஒன்று இருக்கவேண்டும். பி.சி.சி.ஐக்கு மாற்றாக நானே இருக்கிறேன் என்று அணி திரட்டினார்.

அவர் சொன்னதுபோலவே ஐ.சி.எல் இன்று வெற்றி பெற்றிருக்கிறது. பி.சி.சி.ஐ-யில் வாய்ப்புக் கிடைக்காத பல இளைஞர்கள் ஐ.சி.எல்-லில் தாராளமான வாய்ப்புகளைப் பெறுகிறார்கள்.

நம்மால் எவ்வளவு முடியும் என்று நாம் நினைத்துக் கொண்டிருக்கிறோமோ அதைவிட அதிகம் செய்ய முடியும். அதைத்தான் கபில்தேவ் நிரூபித்திருக்கிறார்.

ஹெலன் கெல்லர். பிறந்த ஒன்றரை வருடங்களிலேயே ஒருவித மூளைக்காய்ச்சலால், கண் பார்வையையும் காது கேட்கும் திறனையும் ஒருங்கே இழந்தவர். முரட்டுத்தனமாக நடந்து கொண்ட குழந்தை. ஆனால் மெல்ல மெல்ல எல்லாவற்றையும் கற்றுக்கொண்டார். அவருக்கு மூன்று மொழிகள் தெரியும். தான் வாழ்ந்த 75 ஆண்டுகளும் பார்வையற்றவர்களுக்காக உழைத்தார். 35 க்கும் மேற்பட்ட நாடுகளுக்குப் பயணம் மேற்கொண்டார், 40,000 மைல்களுக்கும் மேல் பிரயாணம் செய்து, பார்வை யற்றவர்களுக்காக நிதி திரட்டினார். கடைசி வரை அவருக்குக் கண்பார்வை வரவேயில்லை. காது கேட்கவுமில்லை. ஆனால், அவரது செயல்பாடுகள்?

'உங்களுக்கு உங்களைப் பற்றித் தெரியாது' என்றார் மேடம் கியூரி. நம்மைப்பற்றித் தெரியாது. நம்மால் எவ்வளவெல்லாம் செய்யமுடியும் என்பது நமக்கே தெரியாது.

கேரளத்தில் யானைகளை வளர்க்கும் விதம் பற்றி தெரிந் திருக்கலாம். யானைகள் குட்டிகளாக இருக்கும்போது அவற்றின் கால்களில் கனத்த சங்கிலிகளை கட்டி வைப்பார்கள். யானைகள் நகர ஆசைப்படும். யானைகளே ஆனாலும் குட்டிகள் தானே. தடித்த இரும்புச் சங்கிலிகளை மீறி அவற்றால் ஒன்றும் செய்யமுடியாது. பலமுறை முயன்ற பிறகு, தன்னால் அந்தச் சங்கிலியை அறுத்துக்கொண்டு போக முடியாது என்று யானை சமாதானம் ஆகிவிடும்..

யானை வளரும். பலமடங்கு சக்தி பெறும். 1500 கிலோ 2000 கிலோ எடையாகிவிடும். அப்போதும் அதே அளவு சங்கிலிதான்

யானையின் காலில் கட்டப்பட்டிருக்கும். ஆனால் யானைக்கு வித்தியாசம் தெரியாது. சங்கிலியை அறுத்துக்கொண்டு போக முயற்சிக்காது. சங்கிலியிடம் தன் பலத்தைச் சோதித்துப் பார்க்கவே செய்யாது. வீண் முயற்சி என்று அதன் மனம் சொல்லும். பழைய நினைப்பு. மாறாத எண்ணம்.

பலரும் இப்படிப்பட்ட யானைகளைப்போலத்தான் தங்களின் பலங்களை சோதித்துப் பார்க்காமலேயே இருக்கிறார்கள். நம்மைக் கட்டுப்படுத்தும் சங்கிலிகளாக நாம் நினைப்பவை வெறும் நூல்கயிறுகள். ஒரு சிலுப்பு சிலிப்பினால் போதும். தெறித்து விழுந்துவிடும்.

உலகின் மிக உயரமான சிகரம் எவரெஸ்ட். அதன் சிகரத்தில் ஏற முயன்ற எட்மண்ட் ஹில்லாரி இரண்டு முறை தோற்றார். ஏறமுடியாமல் திரும்பியபோது, அவர் எவரெஸ்டிடம் சொன்னார்: 'மீண்டும் வருவேன். உன்னை வெற்றிகொள்வேன். காரணம், நீ அப்படியேதான் இருக்கப் போகிறாய். ஆனால் நான்? முன்னைவிட வலிமையுடன் திரும்ப வருவேன்' வந்தார். வென்றார். 1953, மே 29-ம் தேதி. எட்மண்ட் ஹில்லாரி மற்றும் டென்சின் நார்கே இருவரும் பகல் 11.30 மணிக்கு எவரெஸ்டை அடைந்தார்கள்.

எவரெஸ்டை வென்றெடுத்த பிறகு, அவர் சொன்னார். 'வென்றெடுப்பது சிகரங்களை அல்ல. நம்மையேதான்.'

அதேதான் You vs You. போட்டி நமக்கும் நமக்கும்தான். நம்மை நாம் வெல்லவேண்டும். நம்மால் முடியாது என்கிற நினைப்பை. போதும் என்கிற நினைப்பை. விட்டுவிடலாம் என்கிற சோர்வை. இனி முடியாது என்கிற எண்ணத்தை. அய்யய்யோ என்கிற பயத்தை. தயக்கத்தை. இதையெல்லாம் வென்றவர்கள் வாழ்க்கையில் வெல்கிறார்கள்.

நாம் எல்லோருமே நம்முடைய நம்பிக்கைகளின் அளவுதான் இருக்கிறோம். செய்கிறோம். நம்பிக்கை பெரியதாக இருந்தால் பெரியதாக. நம்பிக்கை சிறியதாக இருந்தால் சிறியதாக.

திருபாய் அம்பானி, உலகின் நம்பர் ஒன் பணக்காரர் ஆகிவிட்ட முகேஷ் அம்பானியின் தந்தை. அவர் அமைத்துக் கொடுத்த சாம்ராஜ்ஜியம்தான், ரிலையன்ஸ் சகோதரர்களின் பிரும்மாண்ட நிறுவனங்கள்.

திருபாய் அம்பானி, பூஜ்ஜியத்தில் இருந்து வாழ்க்கையைத் தொடங்கியவர். படிக்காதவர். சாதாரண சம்பளத்துக்கு உடலை வருத்தும் வேலைகளைப் பார்த்தவர். தன்னுடைய 16-வது வயதில் ஏதென்ஸ் நாட்டுக்குப் போனார். அங்கே பேஸ் அண்ட் கம்பெனி (Bas & Company) என்கிற பெட்ரோல் பங்கில் வேலை பார்த்தார். ஞாயிற்றுக்கிழமைகளில், அந்த நாட்டில் இருக்கும், பெட்ரோல் தயாரிக்கும் பெரிய ரிஃபைனரிகளுக்குத் தன்னுடன் வேலை செய்பவருடன் நடந்து போவார். அப்போது, கோடிக்கணக்கான டாலர்கள் செலவில் உருவாக்கப்பட்ட அந்த மாபெரும் ரிஃபைனரிகளைக் கண்களில் கனவுகளுடன் பார்த்தபடி, 'ஒரு நாள் நானும் இதுபோன்ற ரிஃபைனரி அமைப்பேன்' என்று சொல்லியிருக்கிறார். அப்படி தன்னால் செய்ய முடியும் என்று நம்பியிருக்கிறார்.

அது அவருடைய வாழ்வில் நிஜமானது. ஒன்றல்ல; பல ரிஃபைனரிகளை அமைத்தார்.

அவர் மட்டுமல்ல. அப்படி ஏதாவதொன்றின் மீது நம்பிக்கைக் கொண்டிருந்தவர்கள் எல்லோருமே தங்களது கனவுகளை நனவாக்கியிருக்கிறார்கள்.

நாம் செய்துகொண்டிருப்பதைவிட, நாம் செய்யவிரும்புவை அதிகம்.

நாம் செய்ய விரும்புவதைவிட, நம்மால் செய்யக் கூடியவை மிக அதிகம்.

நம்மை நாமே நம்பாவிட்டால், நம்மை வேறு யார் நம்பு வார்கள்?

சரவணபவன் என்கிற ஓட்டல் எத்தனை எத்தனை நகரங்களில் இருக்கிறது! அமெரிக்கா, சிங்கப்பூர், துபாய் போன்ற வெளிநாடுகளிலும் அதன் கிளைகள் இருக்கின்றன. இன்ஃபோசிஸ், சாதாரண ஊழியர்கள் சிலர் சேர்ந்து ஆரம்பித்த நிறுவனம். இன்று உலக அளவில் அறியப்பட்ட நிறுவனம். முதலீட்டாளர்களுக்குக் கொட்டிக்கொடுத்திருக்கும் நிறுவனம். மற்றவர்களால் நம்ப முடியாத அளவுக்கு உயரத்துக்குப் போயிருப்பவர்கள். இந்த நிறுவனங்கள் தங்களை, தங்கள் திறமைகளை நம்பின.

சில திருமணப் பத்திரிகைகளில் அச்சடித்திருப்பதைப் பார்த்திருக்கலாம். 'எண்ணம் போல வாழ்க்கை.' இது மறுக்க முடியாத நிஜம்.

ஃபோர்ட் கார்களின் தந்தை, ஹென்றி போர்ட் சொல்கிறார், 'உங்களால் முடியும் என்று நினைத்தால், நீங்கள் சரி. உங்களால் முடியும். உங்களால் முடியாது என்று நினைத்தாலும் நீங்கள் சரிதான். காரணம் நீங்கள் என்ன நினைக்கிறீர்களோ அதுதான் நீங்கள்! உங்கள் எண்ணமே உங்கள் வாழ்க்கையாக மாறும்.

ஒரு மனிதனுடைய மிகப் பெரிய கண்டுபிடிப்பாக எது இருக்கும் தெரியுமா?

தன்னால் எது முடியாது என்று பலகாலம் நினைத்துக் கொண்டிருந்தாரோ அதைச் செய்துவிடுவதுதான்.

சரி, இப்போதைய கேள்வி இதுதான்.

உங்களுக்கு உங்கள் மீது எவ்வளவு நம்பிக்கை இருக்கிறது?

7. உன்னால் முடியும்

ஆண்டனி ராபின்ஸ் தற்சமயம் குடியிருப்பது அமெரிக்காவில், டெல்மார் கலிபோர்னியாவில் அமைந்திருக்கும் அவரது பத்தாயிரம் சதுர அடி மாளிகையில். அவருடைய வருட வருமானம் 200 கோடி ரூபாய். மொத்த சொத்தின் மதிப்பல்ல, ஆண்டு வருமானம் மட்டுமே 200 கோடி ரூபாய். அவர் இதுவரை நிறுவியிருக்கும் சொந்த நிறுவனங்களின் எண்ணிக்கை ஒன்பது.

இவை அனைத்தையும் தன் சொற்பொழிவுகளால் சாதித்துக் காட்டியிருக்கிறார் ராபின்ஸ். இன்று அவர் பலரால் கொண்டாடப்படும் ஒரு 'மோட்டிவேஷனல் ஸ்பீக்கர்', மற்றும் படைப்பாளி.

இன்று இவ்வளவு உயரம் போயிருக்கும் இவருடைய வாழ்க்கை, ஆரம்பத்தில் எப்படி இருந்தது? ராபின்ஸ் பள்ளி இறுதிப் படிப்பை மட்டும் முடித்திருக்கிறார். சின்ன வயதில், அவரை வீட்டை விட்டு அவருடைய அம்மா துரத்தியிருக்கிறார். தங்குவதற்கு இடம் இல்லாமல், கார்களில் படுத்து இரவு நேரங்களைக் கழித்திருக்கிறார் ராபின்ஸ். பிறகு எப்படியோ 400 சதுர அடி அப்பார்ட்மெண்ட் ஒன்று கிடைக்க, அதில் குடிபோனார். சமையல் பாத்திரங்களைக் கழுவுவதிலிருந்து குளிப்பது வரை எல்லாம் அந்த ஒற்றை அறையில் தான்.

அந்தச் சிறிய அறையில் அப்படியிருந்தவர்தான், பின்பு 10,000 சதுர அடி மாளிகையும் 200 கோடி ரூபாய் வருமானமும் பெறும் நிலைக்கு உயர்ந்திருக்கிறார். காரணம், அவரது முனைப்பு. உயரத்தைத் தொடாமல் இருக்கமாட்டேன் என்கிற அவரது வைராக்கியமே அனைத்தையும் சாதித்துக் காட்டியிருக்கிறது.

எல்லோருக்கும் பலவிதமான யோசனைகள் இருக்கும். 'இப்படிச் செய்யலாம், அப்படிச் செய்யலாம்' என்று தெள்ளத் தெளிவாகத் தெரியவும் செய்யும். ஆனால் சிலருக்குத்தான் வெற்றி கிடைக்கிறது. காரணம், யோசிக்கிற எல்லோருமே, அந்த யோசனைகளைச் செயல்படுத்துவதில்லை.

அவர்களின் பிரச்னை அவர்களிடம்தான் இருக்கும். 'செய்தால் சரியாக வருமோ வராதோ!' என்கிற தயக்கம். 'தோல்வி அடைந்தால் கேலிக்கு உள்ளாக வேண்டுமே என்கிற பயம். மொத்தத்தில் தனக்குச் சரியாக வரும் என்று நினைப்பதை முழுநம்பிக்கையுடன் செய்யமுயலுவதில்லை.

அது எல்.ஐ.சி. முகவர்களுக்கான ஒரு பயிற்சி வகுப்பு. பயிற்சியாளர் ஒருவர் பயிற்சிக்கு நடுவே, தன் உதவியாளரை அழைத்து, சாடை காட்டி, எதையோ எடுத்து வரச்சொல்கிறார். உதவியாளர் எடுத்து வந்தது ஒரு பூனையை.

பூனையைக் கையில் வைத்துக்கொண்டபடி, பயிற்சியாளர் பார்வையாளர்களில் சிலரை மேடைக்கு அழைக்கிறார். மூன்று பேர் வருகிறார்கள். 'இந்தப்பூனையை உங்களால் தடவிக் கொடுக்க முடியுமா?' என்கிறார் பயிற்சியாளர். 'ஓ! அதற் கென்ன?' என்று, போதும் என்று பயிற்சியாளர் சொல்லும் வரை சந்தோஷமாகத் தடவிக்கொடுக்கிறார்கள். அவர்கள் முகத்தில் எதையோ சாதித்தது போன்ற பெருமை. அவர்களைத் தொடர்ந்து மேடையிலேயே இருக்கச் சொல்லிவிட்டு, பூனையை உதவியாளரிடம் கொடுத்துவிட்டு, 'அதை' எடுத்து வா' என்கிறார்.

உதவியாளர் 'அதை' எடுத்துவரப் போகிறார். இடையில், மேடையில் நிற்கும் பார்வையாளர்களிடம், உதவியாளர் எடுத்து வரப்போகும், 'அதை'யும், அவர்கள் தடவிக்கொடுக்க வேண்டும் என்கிறார். 'ஓ! அதற்கென்ன தாராளமாக' என்பது போல, அவர்களும் சிரித்தபடி நிற்கிறார்கள். உதவியாளர்

வருகிறார். அவர் கொண்டுவந்த பையில் இருந்து பயிற்சியாளர் 'அதை' மெதுவாக வெளியே எடுத்ததும், அந்த மூன்று பேரும் 'அய்யய்யோ!' என்று துள்ளிக்குதித்து நகருகிறார்கள்.

பையில் இருந்து பயிற்சியாளர் எடுத்தது ஒரு பாம்பை.

பூனையைத் தடவத் தயார். ஆனால் பாம்பை?

வெற்றியாளர்கள் பாம்பையும் தடவுவார்கள். வேலையில் சுலபமானவற்றை மட்டுமல்ல. அவர்கள் சிரமமானவற்றையும் செய்வதற்குத் தயாராக இருப்பார்கள். எதையும் செய்வதற்குத் தயக்கமோ பயமோ அவர்களிடம் எப்பொழுதும் இருப்பது கிடையாது.

மெடிக்கல் டிரான்ஸ்கிரிப்ஷன் வேலைக்கான நேர்முகத் தேர்வு ஒன்று நடந்துகொண்டிருந்தது. நான்தான் தேர்ந்தெடுக்க வேண்டிய நிர்வாகி. அந்தப் பையனை யாரோ கையைப் பிடித்து அழைத்துவந்தார்கள். அவன் பார்வை குத்து மதிப்பாக என்னைப் பார்த்தது. அவனுக்குப் பார்வை இல்லை. அவன் பெயர் தியாகராஜன்.

காரணம் சொன்னான். ஒன்றரை வயதாக இருந்தபோது அவனுக்கு 'பிரைன் டியூமர்.' வைத்தியம் பார்த்திருக்கிறார்கள். பிரைன் டியூமர் சரியாக்கப்பட்டுவிட்டது. ஆனால் மருந்துகளின் பக்க விளைவுகள் காரணமாக, இரண்டு கண்களும் தெரியாமல் போய்விட்டன.

அவனுடைய பெற்றோர் விவரம் தெரியாமலேயே, அவனை மற்ற பிள்ளைகளுடன் சாதாரணப் பள்ளியில் சேர்த்திருக் கிறார்கள். பிறகுதான் அவனுடைய குறை கண்டுபிடிக்கப் பட்டிருக்கிறது. அதன்பின், எப்படியோ, 11-ம் வகுப்பையும் 12-ம் வகுப்பையும் பார்வையற்றவர்களுக்கானச் சிறப்புப் பள்ளிகளில் படித்திருக்கிறான். அதற்குப் பிறகு, லயோலா கல்லூரியில் பி.ஏ. ஆங்கிலம் படித்திருக்கிறான். பின்பு தேசிய உடல் ஊனமுற்றவர்களுக்கான கல்வி நிறுவனத்தில் (National Institute of Physically Handicapped) மெடிக்கல் டிரான்ஸ்கிரிப்ஷன் பயிற்சி பெற்றிருக்கிறான்.

'எல்லாம் சரி. நீ எப்படிக் காதால் கேட்பதை, கம்ப்யூட்டரில் டைப் அடிக்க வேண்டிய இந்த வேலையைச் செய்ய முடியும்?

காதால் கேட்கலாம்தான். டைப்பும் அடிக்கலாம். ஆனால் நீ சரியான 'கீ' யைத்தான் அடிக்கிறாயா என்பது உனக்கு எப்படித் தெரியும்? அதற்குப் பார்வை அவசியமல்லவா?'

'என்னிடம் ஒரு சாஃப்ட்வேர் இருக்கிறது. அரசு நிறுவனம் ஒன்று செய்து கொடுத்த சாஃப்ட்வேர். நான் எந்த கீ (Key) போர்டில், எந்த எழுத்தைத் தொடுகிறேன் என்பதை, இந்தக் கருவி என்னுடைய காதில் சொல்லும். அதைக்கேட்டு 'டைப்' செய்துவிடுவேன்.'

'ஒரு காதில் டாக்டர் சொல்வதை (Voice) கேட்டுக்கொண்டே, அதை டைப் அடித்துவிட்டு, உடன், இன்னொரு காதில், நீ டைப் அடித்தது, எந்த எழுத்தை என்று கேட்டுக்கொண்டு செய்ய வேண்டுமே! இதனால் வேலை தாமதமாகுமே!'

'கொஞ்சம் ஆகத்தான் செய்யும். ஆனாலும் செய்துவிடுவேன் சார்.'

அவனுக்கு வேலை கிடைத்தது. 4000 ரூபாய் சம்பளம். அவனுடைய தன்னம்பிக்கைக் காரணமாக. 'எனக்குக் கண் போய்விட்டதே!' என்று அவன் அழவில்லை. 'எனக்கு மட்டும் ஏன் இப்படி?' என்று ஆதங்கப்படவில்லை. 'எனக்கு உதவுங்கள்' என்று கெஞ்சவில்லை.

மற்ற எவரையும் போலவே அவனும் டெஸ்ட் எழுதி, நேர்முகத் துக்கு வந்திருக்கிறான். உதவி கேட்கவில்லை. வேலை கேட்டான். அது எவ்வளவு சிரமமாக இருந்தாலும் சரி. தியாக ராஜன் பாம்பைத் தடவத் தயார். தன் சொந்தக் காலில் நிற்க வேண்டும். எவ்வளவு சிரமமானாலும் சரி, முன்னேறியாக வேண்டும் என்கிற தீவிரம்.

தோல்வியாளர்கள், சூழ்நிலைகளைக் குற்றம் சொல்வார்கள். வெற்றியாளர்கள்தான் அவற்றைத் தாண்டுவார்கள். தியாகராஜனைப்போல.

மழை பெய்கிறது. அதுவரை வானத்தில் சந்தோஷமாகப் பறந்துகொண்டிருந்த பறவைகள், பதறியபடி மழையில் நனை யாமல் இருப்பதற்காகக் கூடுகளுக்குள் போய்விடுகின்றன. கூட்டுக்குள் இருந்தபடி உடம்பை சிலிர்த்துக் கொள்கின்றன. பின்பு தலையை வெளியில் நீட்டி அப்படியும் இப்படியும

திரும்பித் திரும்பிப் பார்க்கின்றன. மழை எப்போது நிற்கும் என்று.

அதே மழை. அதே பறவை இனம். வேறு ஒரு பறவை. கழுகு. அது மழைக்குப் பயந்து கூட்டுக்கு ஓடுவதில்லை. உள்ளே பதுங்குவதில்லை. மழை வந்தால் உயரப் பறக்கும். உயர உயர. மேகத்துக்கும் மேல். ஆம்! கழுகுகள் மழைக்குக் காரணமான மேகங்களுக்கும் மேல் உயரப் பறக்கின்றன. பிறகு எப்படி மழையால், கழுகுகளை நனைக்க முடியும்?

மனோபாவம்தான் காரணம்.

லெஸ் பிரவுன். முன்பே பார்த்தோம். பட்டர் பால் எனும் ரேடியோ ஸ்டேஷன் மாஸ்டரை விடாமல் துரத்தி, அங்கே ஒரு வேலையை வாங்கிவிட்டவர். அவர் வாங்கியது ஒரு சாதாரண வேலையைத்தான். ஆனால், வானொலி நிலையத்துக்குள் நுழைந்ததும் அவருடைய இலக்கு மாறியது. எப்படியும் வானொலி அறிவிப்பாளர் ஆகிவிடவேண்டும் என்பது அவருடைய இலக்கானது. வேலையில் சேர்ந்ததில் இருந்து, அங்கே நடப்பவைகளைக் கூர்ந்து கவனிக்க ஆரம்பித்தார்.

அறிவிப்பாளர்கள் அறிவிப்புச் செய்வதைப் பார்ப்பது. அதே போலத் தானும் மனத்துக்குள் செய்து பார்ப்பது. வீட்டில் தனியாகச் செய்துபார்ப்பது. இப்படியே சில மாதங்கள் போயின. ஒரு நாள் கண்ட்ரோல் அறையில் இருந்த அன்றைய அறிவிப்பாளர் மது அருந்திக் கொண்டிருந்தது அவருடைய கண்ணில் பட்டது. அந்த அறிவிப்பாளர், என்ன காரணமோ, அன்றைக்குச் சற்று அதிகமாகவே மது அருந்தினார். லெஸ் பிரவுன் மனத்துக்குள் ஒரு சின்ன மணி அடித்தது. 'இன்றைக்கு உனக்கு ஒரு வாய்ப்பு வரும்போல இருக்கிறது பிரவுன். விட்டுவிடாதே..'

லெஸ் பிரவுன் எதிர்பார்த்தது போலவே, அன்றைக்கு அந்த அறிவிப்பாளரால், அறிவிப்புகளைச் செய்யமுடியவில்லை. மது மயக்கம். உளறல். ஸ்டேஷன் மாஸ்டருக்குக் கடுங்கோபம். 'என்ன இந்த ஆள் இப்படிச் செய்துவிட்டானே! இப்போது என்ன செய்வது? வேறு எந்த அறிவிப்பாளரையாவது, வெளியில் இருந்து வரவழைக்கமுடியுமா?' முயற்சி செய்து பார்த்தார். யாரும் அகப்படவில்லை.

ஸ்டேஷன் மாஸ்டருக்கு லெஸ் பிரவுனை விட்டால் வேறு வழியிருக்கவில்லை. முழு நம்பிக்கையும் இல்லாமல், லெஸ் பிரவுனைப் பார்த்தார். 'உன்னால் இப்போது, அறிவிப்புகள் செய்யமுடியுமா?' என்று கேட்டார். சந்தோஷமாகத் தலை யாட்டினார் லெஸ் பிரவுன். அவர் அதைத்தானே இத்தனை காலமும் எதிர்பார்த்திருந்தார்!

அறிவிப்புச் செய்யும் இருக்கைக்குப் போனார். ஏறி அமர்ந்தார். ஹெட்ஃபோனை எடுத்துத் தலையில் மாட்டினார். அறிவிப்பு களைச் செய்ய ஆரம்பித்தார்.

கவிதை நடையில் அன்றைக்கு லெஸ் பிரவுன் செய்த வர்ணனைகளில் மயங்காதவர்கள் குறைவு. 'அடடா! யார் இது?' என்று கேட்டவர்களை எல்லாம் வியக்க வைத்த அற்புதமான வர்ணனைகள். அன்றுமுதல் அவர் வர்ணனையாளர் ஆனார். சாதாரண வர்ணனையாளர் அல்ல, மக்களால் விரும்பப்படும் வர்ணனையாளர்.

இது எப்படி அவருக்குச் சாத்தியம் ஆனது? வரும்முன் காப்பது போல, தேவைப்படும் முன்பாகவே அறிவிப்புச் செய்வதற்குத் தயாராக இருந்தார் லெஸ் பிரவுன். வர்ணனையாளர் ஆவதற்கு முன்பே, அதற்கான தயாரிப்புகளைச் செய்துமுடித்து வாய்ப்புக்காகக் காத்திருந்தார். வாய்ப்பு வந்ததும் அதை அப்படியே கொத்திக்கொண்டார்.

'எல்லாம் நேரம்' என்பார்கள். அதிர்ஷ்டம் என்பார்கள். அதிர்ஷ்டம் என்றால் வேறு எதுவுமில்லை. Preparation meeting Opportunity தான். சந்தர்ப்பம் வரும்போது தயாராக இருப்பது. முழுமையாகப் பயன்படுத்திக்கொள்வது. வாய்ப்புகள் வரும்போது, அல்லது வந்த பிறகு தயாரித்துக் கொண்டிருக்க முடியாது.

'வா. வந்து, வர்ணனை செய்' என்று கூப்பிட்டபோது, 'பழக்க மில்லையே', 'இதுவரை செய்ததே இல்லையே', 'அழைப்பேன் என்று நீங்கள் சொல்லியதே இல்லையே' 'ஒரு நாள் டைம் கொடுத்தால் ஜமாய்த்துவிடுவேன்' என்றெல்லாம் சொல்ல முடியுமா? சொல்பவர்கள் ஜெயிப்பார்களா?

வாய்ப்பு வரும் என்கிற நம்பிக்கை. வாய்ப்பு வருவதற்கு முன் பாகவே, அதற்காகத் தயாராக இருக்கக்கூடிய தன்முனைப்பு.

இப்படிச் செய்துகொள்வது , இதுதான் நமக்கு என்று தீர்மானமாக இருப்பவர்களுக்குத்தான் சாத்தியம்.

ஜெயகாந்தன். மூத்த தமிழ் எழுத்தாளர். ஒரு சமயத்தில் அவர் எழுதாத பத்திரிகைகளே இல்லை. ஒரே நேரத்தில் பல வார, மாதப் பத்திரிகைகளில் எழுதினார். சிறுகதைகள், கட்டுரைகள், தொடர்கள், நாவல்கள். எவ்வளவு கேட்டாலும் அவரால் எழுதித் தர முடிந்தது. வாக்கு கொடுத்த நேரங்களில் எழுதி முடித்து தருவது என்பது அவரது முக்கியமான பழக்கங்களில் ஒன்று. வேறு எந்த வேலைகள் இருந்தாலும், எழுத வேண்டியதை எழுதி, அந்தத் தாள்களை மடித்து, வீட்டு ஹாலில் இருக்கும் ரேடியோ பெட்டியின் கீழ் வைத்துவிட்டுத்தான் வேறு வேலைகளைச் செய்யப் போவார். எப்போதும் இப்படியேதான் செய்வாராம்.

அவருடைய எழுத்துக்கு என்று ஒரு தரம் இருக்கிறது. அது போக, சொன்ன நேரத்துக்கு எழுதிக்கொடுத்துவிடவேண்டும் என்றும் அவர் அவருக்கு ஒரு தரம் உருவாக்கிக்கொண்டார். அவர் அதில் தவறுவதேயில்லை. அவர் அடையாத உச்சங்கள் இல்லை. அடையாத புகழ் இல்லை.

என்றைக்கு ஒருவர் தன்னுடைய தனிப்பட்ட தரத்தை உயர்த்திக்கொள்ள முடிவு செய்கிறாரோ, அன்றையில் இருந்து அவருக்கு வெற்றிகள்தான்.

வேலைகளில், முயற்சிகளில், பழக்கங்களில் பேச்சுகளில், நடவடிக்கைகளில், அணுகுமுறைகளில், சிந்தனைகளில் என்று தனக்கென ஒரு 'ஸ்டாண்டர்ட்' ஏற்படுத்திக்கொள்வது. அதை என்ன ஆனாலும் விடாமல் கடைப்பிடிப்பது அவசியம்.

பிராண்ட் என்பது நிறுவனங்களின் பொருள்களுக்கு மட்டும் உண்டானதல்ல. மனிதர்களுக்கும் இருக்கிறது. இவர் இப்படித்தான் என்பதுபோல, நமக்கும் ஓர் அடையாளத்தை ஏற்படுத்திக்கொள்ள முடியும், ஏற்படுத்திக்கொள்ள வேண்டும்.

அவர் சொன்னால் இதுதான் பொருள்.

அவர் சொன்னால் செய்வார்.

அவர் சொல்வதை நம்பலாம்.

Setting a Personal Standard என்பது வெற்றியாளர்களின் செயல்முறை.

வெற்றி பெற்றவர்களுக்கும், வெற்றி பெறாதவர்களுக்கும் இடையே இருக்கும் வித்தியாசம், பெரும்பாலும் என்ன செய்ய வேண்டும் என்று தெரியாமல் இருப்பதல்ல. செய்யாமல் இருப்பதுதான்.

என்ன செய்யவேண்டும் என்பது தெரியும். என்ன செய்யக் கூடாது என்பதும் தெரியும். ஆனால் அவர்கள் அதன்படி நடந்துகொள்வதில்லை. அதனால் வெற்றிபெறுவதில்லை.

ஏன் இப்படி இருக்கிறார்கள்?

அதற்குக் காரணம், அவர்களுடைய மனம்தான். அவர்களைச் சுற்றி இருப்பவர்கள், 'உங்களால் முடியாது. உங்களுக்கு ஏன் இந்த வீண் முயற்சி. இதெல்லாம் பிரச்னையில்தான் கொண்டு போய்விடும்.' என்று எதையாவது சொல்வார்கள். அவர்கள் கெட்ட எண்ணத்தில்தான் சொல்லியிருப்பார்கள் என்பதில்லை. உண்மையிலேயே நலம் விரும்பிகளாகவும் இருக்கலாம்.

இப்படியெல்லாம் யாராவது சொன்னால், சிலர் விட்டு விடுவார்கள். அதைக் கேட்டுக்கொள்வது சௌகர்யம். சொல்பவரோடு, ரிஸ்க் எடுக்க விரும்பாத அவர்களுடைய மனமும் கைகோத்துக்கொள்ளும். 'வேண்டாம். விட்டு விடலாம்.'

பிரச்னை நம்மிடம்தான். முடியாது என்று மனம் சொல்கிற பலவற்றையும் நாம் முயற்சி செய்து பார்ப்பதில் தவறில்லை. உடல் நலத்துக்காகத் தினசரி நடைபயிற்சி செய்வது என்று முடிவெடுத்துவிட்டோம் என்று வைத்துக்கொள்ளுங்கள். பத்து நிமிடம் நடந்துவிட்டு 'போதுமே' என்று மனம் சொல்லும். கேட்டுக்கொள்ளக்கூடாது. 'முடியாது. இன்னும் இருபது நிமிடங்கள் நடந்துவிட்டுத்தான் முடிப்பேன்' என்று உறுதியோடு இருக்கவேண்டும். இதேபோல நாம் செய்கிற எல்லா வேலைகளிலும், ஓர் ஒழுங்கைக் கொண்டுவரலாம்.

நேரத்துக்கு அலுவலகத்துக்குப் போகமுடியாதற்குக்கூட மனம் காரணமாக இருக்கலாம். பத்து மணி ஆபீஸுக்கு ஒன்பதரைக்குப் போய்ப் பாருங்கள். ஐந்துமணிக்கு ஆபீஸ்

முடிகிறதா? ஆறு மணிவரை இருந்து வேலை பார்க்க லாம்.எல்லாம் மனத்தைப் பழகுக்குவதில் இருக்கிறது.

'சிரமம். பிறகு பார்த்துக்கொள்ளலாம்' என்று மனம் நினைக்கும் போது, 'இல்லை. நம்மால் நிச்சயம் செய்யமுடியும். செய்துவிட்டுத்தான் அடுத்த வேலை பார்க்கவேண்டும்' என்று அதற்கு எடுத்துச் சொல்லவேண்டும். 'இன்னும் கொஞ்சம் தூங்கலாம்' என்று மனம் கெஞ்சும்போது, 'முடியாது. இப்போதே எழுந்திருக்கத்தான் வேண்டும்' என்று கண்டிப்பாகச் சொல்லவேண்டும். 'அவரைப்போய்க் கேட்பதா?' என்பது போல மனம் தயங்கும் போது, 'அதனால் என்ன? சும்மா கேள்' என்று உறுதியாகச் சொல்லவேண்டும். , 'என்ன இது! சர்க்கரை வியாதிதான் அதுக்காகக் கொஞ்சம்கூட சாதம் சாப்பிடக் கூடாதா?' என்று மனம் கேள்வி கேட்டால், 'ஆமாம். கொஞ்சம் கூட சாப்பிடக்கூடாதுதான். கிடையாது. விடு. வேண்டாம். தைரியமாக அதட்டவும் வேண்டும்.

என்ன இது? நாமே நம்மோடு பேசிக்கொள்வதுபோல அல்லவா இருக்கிறது! என்று தோன்றுகிறதோ. அதே தான். நாம் நம்மோடு பேசத்தான் வேண்டும். பேசாமல் மாற்றங்களைக் கொண்டு வரமுடியாது.

ஏதோ ஒன்றின் மீது தீவிரமாக இருப்பதற்கு, செயல்பாடுகளில் ஒழுக்கம் என்பது முக்கியம். அதுதான் நமது தரம். நமக்கென்று ஒரு தரம். ஒரு 'ஸ்டாண்டர்ட்.' அது அவசியம். வெற்றிக்கு விலை உண்டு. அதனை கொடுக்கத்தான் வேண்டும்.

8. உன்னை அறிதல்

நம்மைப் பற்றி மற்றவர்கள் என்ன நினைக்கிறார்கள் என்பதை விட, நாம் என்ன நினைக்கிறோம் என்பது கூடுதல் முக்கியத் துவம் உள்ளது.

பாண்டிச்சேரி வெர்ல்பூல் நிறுவனம். வருடம் 2000. அது ஒரு பயிற்சி வகுப்பு. மேலாளர்களுக்கானது. நிறுவனத்துக்கு வெளியில் இருந்து ஒரு பயிற்சியாளர் அழைத்துவரப்பட்டி ருந்தார். அந்த வகுப்பில் நானும் கலந்துகொண்டேன். பயிற்சி யாளர் பேசும்போது அடிக்கடி, 'என்ன நீங்க, இதைக்கூட உங்களுக்கெல்லாம் சரியாகச் செய்யத் தெரியலையே!' என்பது போல பேசிக்கொண்டிருந்தார். குரலில் லேசான கேலி.

அவர் நடத்தியவை விளையாட்டின் மூலம் சொல்லிகொடுக்கும் பயிற்சி முறைகள். அதனால், பதில்களில் நிச்சயமாகத் தவறு என்று எதையும் சொல்லிவிடமுடியாது. ஆனால் பயிற்சியாளர் தொடர்ந்து அப்படி நையாண்டி செய்து கொண்டே இருந்தார்.

பயிற்சியில் இருந்த அனைவருக்குமே அந்த வார்த்தைகள் வருத்தத்தை உண்டாக்கியது. ஆனாலும், 'என்ன செய்வது? பயிற்சியாளர் ஆயிற்றே' என்று பொறுத்துப்போனார்கள். வாய்மூடி இருந்தார்கள். ஆனால் அவர்களில் ஒருவரான வி.ஜி.எஸ். மணி என்ற ஒரு ஜூனியர் மேனேஜர் எழுந்தார். 'சார்.

நீங்க எங்களை அளவுக்கு அதிகமா கேலி செய்யறீங்க. நாங்க அந்த அளவுக்கு மட்டமானவங்க இல்லை. சாரி. தயவுசெஞ்சு நீங்க இப்படிப் பேசாதீங்க.'

பயிற்சியாளர் திகைத்துப் போய்விட்டார். ஆனால், அதற்குப் பிறகு அவருடைய அணுகுமுறை மாறிவிட்டது.

இரண்டு வருடங்களுக்குள், மணி, அதே தொழிலகத்தில், உற்பத்தித் துறையின் தலைவராக உயர்ந்தார். அடுத்த இரண்டே ஆண்டுகளில் இன்னும் பல கூடுதல் பொறுப்புகளும் பதவி உயர்வுகளும் பெற்றார். 2007-ல் வெர்ல்பூல் என்கிற அந்தப் பன்னாட்டு நிறுவனத்தின் மொத்த (இந்திய) லாஜிஸ் டிக்ஸூக்கும் மணிதான் தலைவர்.

மணி நிச்சயம் ஒரு வெற்றியாளர். தொடர்ந்து மேலே போய்க் கொண்டேயிருக்கிறார். என்றைக்கும் அவரால் முடியாது என்று, அவர் சொல்லி நாங்கள் கேட்டதே இல்லை. அவருக்கு இருக்கும் பல பலங்களில், அவருடைய தன்னம்பிக்கையும் சுயமதிப்பும் முக்கியமானவை. வேறு யாராலும் அவருடைய சுயகௌரவத்தைக் காயப்படுத்த முடியாது. அவர் அதற்கு அனுமதிக்கமாட்டார்.

அவர் அப்படிப் பயிற்சியாளரிடம் வெளிப்படையாகப் பேசியதற்குக் காரணம் அவருடைய சுய மரியாதை. அவர் திறன்மிக்கவர், மரியாதைக்கு உரியவர் என்று தனக்குத்தானே ஒரு 'செல்ஃப் இமேஜ்' வைத்திருந்தார்.

'நாம் அனுமதிக்காமல் யாராலும் நம்மை அவமதிக்க முடியாது' என்பது காந்தி சொன்னது. வின்ஸ்டன் சர்ச்சிலும் அதையே வேறு வார்த்தைகளில் சொல்லியிருக்கிறார்.

தன்னைப் பற்றிய மரியாதை வேண்டும். நாம் நம்மை மதித்தால், மற்றவர்களும் நம்மை மதிப்பார்கள். நாமே நம்மை மதிக்காத போது, மற்றவர்கள் மதிக்க வேண்டும் என்கிற எதிர்பார்ப்பு நிறைவேறுவது கடினம்.

தான் இன்றைக்கு இருக்கும் நிலை, பெற்றிருக்கும் வெற்றிகள் முதலியவற்றை வைத்துப் பார்த்தால்தான் சாதாரணம் தானே! எப்படி என்னால் என்னை பெரியதாக மதிக்க முடியும்?' என்று தோன்றலாம்.

விற்பனையாளர்களைத் தேர்வு செய்யும் ஒரு நேர்முகத்தேர்வு ஒன்று நடந்தது. பல அனுபவஸ்தர்கள் வந்தார்கள். நேர்முகத் தேர்வுக்கு ஓர் இளைஞனும் வந்திருந்தான். அவன்தான் நேர்முகத் தேர்வுக்கு வந்த கடைசி ஆள். அவனுக்கு அனுபவம் இல்லை.

நேர்முகம் முடிந்தது. யாரை எடுக்கலாம். யாரை எடுக்கக்கூடாது என்கிற பேச்சு நேர்முகம் செய்த நிர்வாகிகள் இடையே வந்தது. கடைசியாக வந்த இளைஞனை தேர்வு செய்யக்கூடாது என்று அவர்களில் ஒருவர் சொல்ல, மற்றொருவர், தேர்ந்தெடுக்க வேண்டும் என்றார். கொஞ்சம் பயிற்சி பெற்றால் மற்றவர் களைக் காட்டிலும் பிரமாதமாக வருவான் என்று அவரே காரணமும் சொன்னார். Performance வேறு. Potential வேறு. அனுபவம் இல்லாதவனை வேலைக்கு எடுக்கலாம் என்று சொன்னவர் எதைப் பார்த்தார்? அந்த இளைஞனால் என்ன செய்ய முடியும் என்பதைப் பார்த்தார். அவன் ஏற்கெனவே என்ன செய்திருக்கிறான் அல்லது என்ன செய்யவில்லை என்பதைப் பற்றி அதிக அக்கறை காட்டவில்லை. கடந்த காலம் போகட்டும். வருங்காலத்தில் அவனால் என்ன முடியும்? அதுதான் அவர் பார்த்தது

கோதே (Gothe) சொல்வார்: 'ஒருவர் இப்போது எப்படி இருக்கிறாரோ, அவரை அப்படிப் பார்க்காதீர்கள். அவர் எப்படி வரமுடியும் என்று பாருங்கள். என்னவெல்லாம் செய்யமுடியும் என்று பாருங்கள்.'

ஆக, நாம் இன்று இருக்கும் நிலை சாதாரணமானதாக இருக்கலாம். ஆனால் அது நிரந்தரமானது இல்லை. கோதே சொல்வது போல, நாம் என்னவாக வரமுடியும்? அதை வைத்து நமக்கு நம்மிடம் வரவேண்டும் மதிப்பு. வி.ஜி.எஸ் மணிக்கு வந்தது பாருங்கள். சீனியர் மேனேஜராக இருந்த போதே. அதைப் போல.

ஒவ்வொருவரும் பார்த்துக் கொள்ளவேண்டியது, தான் இன்று செய்யும் வேலையை அல்ல. லெஸ் பிரவுன் தொடக்கத்தில் செய்தது சானிடரி பாய் வேலைதான். அவர் அதைப் பற்றி யோசிக்கவேயில்லை. அப்படியே உட்கார்ந்துவிடவில்லை. தன்னால் என்னவெல்லாம் செய்யமுடியும்? என்றுதான் யோசித்தார்.

பின்னாளில் மிகவும் விரும்பப்படும் ஒரு பேச்சாளராக ஆனார். லெஸ் பிரவுன் மாணவனாக இருந்தபோது, அவரிடம் அவருடைய வகுப்பு ஆசிரியர் வாஷிங்டன் என்பவர் சொல் வாராம், 'உன்கிட்ட என்னவோ ஒண்ணு இருக்குதுப்பா.'

லெஸ் பிரவுன் நினைத்துக் கொள்வாராம். 'அட! இவர் இப்படிச் சொல்கிறாரே. நம்மிடம் அப்படி ஏதோ ஒன்று இருக்கத்தான் இருக்கிறதுபோல. கடவுளே! நான் ஏதாவது செய்து மேலே வந்துவிடவேண்டும்.'

எல்லோருக்குமே அவர்கள் மனத்தில் அவர்களைப் பற்றிய சில ஏதோ பிம்பங்கள் இருக்கின்றன. சிலருக்கு அவை தெளிவாகத் தெரிகின்றன. பலருக்குத் தெரிவதில்லை. அந்தப் பிம்பங்கள் மணி போல, லெஸ் பிரவுன் போல, பில்கிளிண்டன் போல 'என்னிடம் விஷயம் இருக்கிறது. நான் மேலே வருவேன். சாதிப்பேன்' என்பதாக இருக்கலாம். அல்லது, தன் மீது மதிப்பில்லாத 'நான் எதற்கும் லாயக்கில்லாதவன்' என்பதாகவும் இருக்கலாம்.

நாம் எதுவாக நினைக்கிறோமோ அதுதான் நாம். பலமுள்ளவன் என்று நினைத்தால் பலமுள்ளவன். இல்லை என்று நினைத்தால், பலமில்லாதவன். சாதிக்கப் பிறந்தவன் என்று நினைத்தால், சாதிப்போம். அதை மனமார நினைக்கவேண்டும். நினைப்பதை உண்மை என நம்பவேண்டும்.

நம்முடைய வருங்கால சாதனைகளை கட்டுப்படுத்தக் கூடிய ஒன்று என்று ஏதாவது இருக்குமானால், அது நிச்சயமாக நம்மைக் குறைத்து மதிப்பிட்டுக்கொள்ளும் எண்ணங் களாகத்தான் (Limitting Beliefs) இருக்க முடியும். அதைத்தான் எண்ணம்போல வாழ்க்கை என்பார்கள்.

மீண்டும் வேறு ஒரு மெடிக்கல் டிரான்ஸ்கிரிப்ஷன் உதாரணத் தினைப் பார்க்கலாம்.. வெளிநாட்டு மருத்துவர்கள், வாயால் சொல்லும் மருத்துவக் குறிப்புகள், டேப்புகளில் பதிவு ஆகி இன்டர்நெட் மூலம், வாய்ஸ் 'ஃபைல்'களாக சூமெடிக்கல் டிரான்ஸ்கிரிப்ஷன் நிறுவனங்களுக்கு வரும். ஹெட்ஃபோனை காதில் மாட்டி, மருத்துவர் சொன்னதைக் கேட்டுக் கேட்டு அவர்கள் சொல்வதை அப்படியே, கம்ப்யூட்டரில் டைப் அடித்துத் தர வேண்டிய வேலைதான் மெடிக்கல் டிரான்ஸ்கிரிப்ஷன் வேலை.

செ்ளைனயில் இயங்கிவரும் அந்த நிறுவனத்தில் ஐம்பதுக்கும் மேற்பட்ட ஆண்களும் பெண்களும் 'மெடிக்கல் டிரான்ஸ் கிரிப்ஷனிஸ்ட்' டுகளாக வேலை செய்கிறார்கள். நாள் ஒன்றுக்கு 500 முதல் 600 வரிகள் வரை டைப் அடிப்பார்கள். இதுதான் அவர்களுடைய ஒரு ஷிப்ட்டின் 'டார்கெட்' ஆக இருந்தது. இப்படித்தான் சில வருடங்களாக அந்த நிறுவனத்தில் நடந்து கொண்டிருந்தது.

'அமெரிக்காவில் டிரான்ஸ்கிரிப்ஷன் செய்பவர்கள் நாள் ஒன்றுக்கு 1500 வரிகள் வரை அடிக்கிறார்களே, இங்கே ஏன் இவ்வளவு குறைவு?' என்று நிறுவனத்தின் மேல் அதிகாரி அடிக்கடி கேட்பார். 'அவர்களுடைய தாய்மொழி ஆங்கிலம். அதனால்தான் அவர்களால் அத்தனை வரிகளை அடிக்க முடிகிறது' என்கிற பதில்தான் எப்போதும் வரும். யாரிடமிருந்து வரும் பதில் தெரியுமா? மேற்பார்வையாளரிடம் இருந்தும் பயிற்சி கொடுப்பவரிடமிருந்தும்.

ஆங்கிலத்தினை தாய்மொழியாகக் கொண்டவர்கள் செய்யும் அளவு நம்மால் செய்யமுடியாது என்கிற அவர்களுடைய நினைப்புதான் அப்படி வார்த்தைகளாக வெளிவரும்.

அடுத்த முறை பயிற்சிக்கு மாணவர்களைத் தேர்வு செய்தபோது, திட்டமிட்டே, பயிற்சி பெற்றவர்களிடம் ' நீங்கள் 1000 வரிகள் அடிக்கவேண்டும். அப்படித்தான் எல்லோருமே அடிக்கி றார்கள்' என்று சொல்லப்பட்டது. அதே தகவலும் எதிர்பார்ப்பும் திரும்பத்திரும்ப பயிற்சியின்போது சொல்லப்பட்டது.

டைப் அடிக்கிற வரிகளின் அடிப்படையில்தான், அவர்களுக்கு ஊதியம் கொடுக்கப்படும். எனவே, அந்தப் பயிற்சிக்கு வந்தவர்கள் ஒரு ஷிப்ட் நேரத்தில் 1000 வரிகள் அடிப்பது எப்படி என்பதைத் தீவிரமாக கற்றுக்கொண்டார்கள்.

பயிற்சி முடிந்தது. வேலை செய்ய ஆரம்பித்தார்கள். என்ன ஆச்சரியம்! அந்த வகுப்பில் சேர்ந்து தேறியவர்களில் மூன்று நபர்கள் சாதாரணமாக நாள் ஒன்றுக்கு 1000 வரிகளை அடித்துத் தள்ளினார்கள். அதற்கான ஊக்கத்தொகையும் பெற்றார்கள். மற்றவர்களுக்கு எல்லாம் ஆச்சரியம். இதென்ன இவர்கள் சாதாரணமாக 1000 வரிகள் அடிக்கிறார்களே என்று. அதுவரை அங்கே நடைபெற்றிராத அளவல்லவா.

அவர்கள் அப்படியே தொடர்ந்து செய்ய, மற்றவர்களுக்கும், தங்களாலும் ஆயிரம் வரிகளை அடிக்க முடியும் என்கிற நம்பிக்கை கொள்ள ஆரம்பித்தார்கள். அதன் பிறகு இன்னும் சிலர், 1000 வரிகள் டைப் செய்தார்கள். வேறு சிலர் 1200 வரிகள் வரைகூடப் போனார்கள்.

அந்த நிறுவனத்தில் பலவருடங்களாக, நாள் ஒன்றுக்கு 600 வரிகள் அடிப்பதுதான் அதிகபட்சமாக இருந்தது. அந்த நிலை உடைக்கப்பட்டது. அதற்குக் காரணம் அந்த நினைப்பு, கட்டுப்படுத்தும் நினைப்பு உடைக்கப்பட்டதுதான். மனத்தில் நினைப்பதுதான் செயல்வடிவம் பெறுகின்றன..

நானெல்லாம் என்ன செய்வேன்?

என்னால் முடியாது.

என்னால் இவ்வளவுதான் முடியும்

இவையெல்லாம் மூட்டை கட்டி, தூக்கி எறியப்பட வேண்டிய எண்ணங்கள். இந்த எண்ணங்கள் பிரச்னையைத்தான் கொடுக்கும்.

Success Conscious மக்களுக்கு வெற்றியும் Failure Concious மக்களுக்குத் தோல்வியும் கிடைக்கிறது என்கிறார் நெப்போலியன் ஹில். எப்போதும் தோல்வியைப் பற்றியே நினைத்துக்கொண்டிருந்தால், வெற்றிக்கு வழி கிடைக்காது. நினைப்பு பிழைப்பைக் கெடுக்கும். சுவற்றில் இருந்து கவுளி சொல்லும் பல்லிபோல, மனத்துக்குள்ளாகவே ஒரு பல்லி இருந்தால் உன்னால் முடியாது. சிரமம், ஆகாது என்றெல்லாம் கத்தும் பல்லி இருந்தால்?. அதை அடித்துத் தூக்கி வெளியே போடவேண்டும்.

சிக்கன் சூப் ஃபார் த சோல் (Chicken Soup for the Soul) என்று ஒரு புத்தகம் எழுதி அது மாபெரும் வெற்றி பெற்று, அதன் காரணமாக அதே போன்ற பல புத்தகங்களை எழுதியவர் மார்க் விக்டர் ஹேன்சன்.

வருடத்துக்கு இரண்டரை லட்சம் மைல்கள் பிரயாணம் செய்து, 250 கூட்டங்களுக்கு மேல் அமெரிக்கா, இங்கிலாந்து, ஆஸ்திரேலியா போன்ற நாடுகளில் பேசுபவர். இதுவரை 32 நாடுகளில் ஒன்றரை லட்சம் மக்களைச் சந்தித்தவர்.

அவர் சொல்கிறார், 'எனக்கு வந்த எல்லாச் செல்வங்களையும், நான் அதற்கு முன்னதாகவே என் மனத்திரையில் பார்த்திருக் கிறேன். ஒவ்வொன்றையும் மனத்தில் பார்த்திருக்கிறேன்.' நல்லது நடக்கும். வெற்றிகள் கிடைக்கும், நம்மால் இவற்றைச் செய்யமுடியும் என்று நம்பினால் அவை நிச்சயம் நடக்கின்றன.

'செல்ஃப் ஃபுல்ஃபில்லிங் பிராபசி' (Self Fulfilling Prophesy) என்பார்கள்.

'நான்தான் என் வகுப்பில் முதல் மாணவனாக வருவேன்.'

வருவாய்.

'நான் மிகப்பெரும் விற்பனையாளராக வருவேன்.'

நிச்சயம் வருவீர்கள்.

எதை நம்புகிறோமோ அதற்கு உடல் ஒத்துழைக்கும். அதை நோக்கி அத்தனைப் புலன்களும் திரும்பும். வேலை செய்யும். மெடிக்கல் டிரான்ஸ்கிரிப்ஷனில் 1200 வரிகள் டைப் அடித்தவர்கள், பயிற்சியின் போதே தங்களால் 1200 வரிகள் அடிக்க முடியும் என்று நம்பினார்கள். அடித்தார்கள்.

இதேபோல, ஓடமுடியும். ஜெயிக்க முடியும். செய்ய முடியும். உருவாக்க முடியும். எல்லோராலும். தேவை அவர்களுக்கு அந்த நம்பிக்கை.

'சொல்லுறது சுலபமுங்க. செய்ய முடியாதுங்க' என்று எண்ணுபவர்கள் அப்படியே இருக்கிறார்கள்.

2007-ம் வருடம், அக்டோபர் மாதம். 20-20 கிரிக்கெட் போட்டி. இந்தியாவுக்கும் ஆஸ்திரேலியாவுக்கும் இடையே உலகக் கோப்பை இறுதிப் போட்டி. மகேந்திர சிங் டோனி தலைமையில் ஒரு புதிய இளைஞர் அணி புறப்பட்டது. 'ஆஸ்திரேலியாவாக இருந்தால் என்ன, எதுவாக இருந்தால் என்ன. பிரெட் லீ அல்லது யார் வேண்டுமானாலும் பந்து வீசட்டும். எல்லோருக்கும் அடிதான். நாங்கள்தான் ஜெயிப்போம்' என்று களத்தில் இறங்கினார்கள். கோப்பையுடன் வந்தார்கள். மனத்தில் இருந்து வருகிறது பலம். அதை வீழ்த்த முடியாது.

அப்படி நினைப்பவர்களின் கண்களிலேயே தன்னம்பிக்கை தெரியும். பேச்சில் அது தெறிக்கும். நடப்பது, உட்காருவது

என்று எல்லா உடல் அசைவுகளிலும் பாசிட்டிவ் அப்ரோச்' மின்னும். அவர்கள் மனத்திலே சந்தேகம் இல்லை. முடியாமல் போய்விடுமே என்கிற அச்சம் இல்லை. அதனால் நூறு வாட் பல்பாக எரிவார்கள்.

வெற்றி கிடைத்தாலும் கிடைக்கும். கிடைக்காமல் போனாலும் போய்விடும் என்று நம்புவது ஒருவகை. அது கலங்கிய தண்ணீர் மாதிரி. அப்படி நினைப்பவர்களால் உறுதியாகச் செயல்பட முடியாது. அவர்கள் முழு பலத்தையும் பயன்படுத்தமாட் டார்கள். பயன்படுத்த வராது. மனத்தில் இருக்கும் நிச்சயமற்ற தன்மை, அவர்களைப் பிடித்துப் பின்னுக்கு இழுக்கும்.

என்ன செய்யப் போகிறோம்? என்பதை மனத்திலே தெளிவாகப் பார்க்கிறவர்களின் செயல்களில் உறுதி இருக்கும். 'இந்தப் படிப்புப் படிப்பேன். இந்த வேலைக்கு முயற்சிப்பேன். இதில் சேருவேன். இப்படிச் செய்து, இப்படி மேலே வருவேன்' போன்ற உறுதியான எண்ணம்.

முன்பே பார்த்தோம். நமக்குள்ளே இருப்பது ஒருவர் அல்ல, பலவிதமானவர்கள் என்று. நல்லவன், கெட்டவன், தைரிய சாலி, முயற்சித்துப் பார்க்க விரும்புவர். இப்படிப் பலர்.

நிறுவனங்களோ, விளையாட்டுக்கான அணியோ, குடும்பமோ, கட்சியோ அல்லது அமைப்போ எல்லாவற்றிலும் ஒன்றுக்கும் மேற்பட்டவர்கள் இருக்கிறார்கள். அவர்களின் சிந்தனை அணுகுமுறைகள் ஒன்றாக இருந்தால் அவர்கள் ஒரு குழு.

குழுவாக இருப்பவர்கள் ஒரு நோக்கத்துக்காக ஒன்றாகச் சேர்ந்து வேலை செய்வார்கள். குழுவின் நோக்கம் நிறைவேறு வதற்காகச் சிலர் விட்டுக்கொடுப்பார்கள், வேறு சிலர் கூடுதலாக வேலை செய்வார்கள். தியாகம், அமைதி, பாதுகாப்பு என்று எதை வேண்டுமானாலும் குழுவில் உள்ளவர்கள் செய்வார்கள். வெற்றிக்கான சாத்தியம் அந்தக் குழுவிற்கு மிக அதிகம்.

சில இடங்களிலும் ஒன்றுக்கும் அதிகமானவர்கள் இருப்பார்கள். ஆனால் அவர்களிடம் ஒற்றுமை இருக்காது. ஆளாளுக்கு ஒரு நோக்கத்தை வைத்திருப்பார்கள். செயல்படுவார்கள், அவர் களின் தனிப்பட்ட நோக்கம் நிறைவேறுதற்காக. அதனால் குழுவின் நோக்கம் அடிபட்டுப் போகும். இப்படிச் சேர்ந்திருப்ப வர்களுக்குக் 'குழு' என்று பெயரில்லை. அவர்களுக்குப் பெயர்

கும்பல். அங்கே கூச்சல், குழப்பம், அடிதடி என எல்லாம் இருக்கும். சத்தம் அதிகம் வரும். ஆனால் ஒற்றை நோக்கமோ, செயல்பாடோ இருக்காது. அதனால், சாதனைகள் நிகழாது.

சிலர் மனத்துக்குள் குழு போல இருப்பார்கள். வேறு சிலர் மனத்துக்குள் கும்பல்போல இருப்பார்கள். மனத்தை ஒருமுகப்படுத்த வேண்டும். நமக்கு எது முக்கியமோ, அதன்மீது மட்டும் கவனம் கொள்ளவேண்டும். மற்றவற்றைத் தள்ளிவைக்கும் மனப்பக்குவம் வேண்டும். மொத்தத்தில் நம் மனத்தை ஒருங்கிணைத்துச் செயல்படும் ஒரு குழுவாக்கிவிட வேண்டும்.

லெஸ் பிரவுன் வானொலி நிலையத்தில் வேலை இல்லை என்று சொல்லச் சொல்ல, திரும்பத் திரும்பப் போனார். கிடைக்க வில்லை என்பதால் அவர் விட்டுவிடவில்லை.

நாம் என்ன நினைக்கிறோமோ அதை நம்மால் செய்ய முடியும். மனம் நம்புவதை நாம் நம்புகிறோம். 'அவனுக்கு நடனம் ஆட வரும். ஸ்டைலாக ஆடுவான்' என்று சின்ன வயது முதலே ஒருவனுடைய பெற்றோர் சொன்னால், அவன் மனத்தில் அது பதிந்துவிடும். அதனால் அவனுக்கு நடனம் ஆடுவதில் ஒரு நம்பிக்கை வந்துவிடும். நடனத்தை அவனும் சுலபமாகவே கற்றுக்கொள்வான்.

'அவ ரொம்ப வெட்கப்படுவா. ஷை டைப்' என்று பெற்றோர் சொன்னால், பிள்ளைகளும் அதை நம்புவார்கள். 'ஓஹோ! தான் வெட்கப்படும் நபர் தானோ?' என்ற சந்தேகம் வந்து பின்னர் அதுவே பழக்கமாகிவிடும். நம்புவதுபோலவே நாம் ஆகிவிடுவோம்.

நம்மால் முடியும் என்பதை நாம் எப்படி நினைப்பது. எப்படி நம்ப ஆரம்பிப்பது? மற்றவர்கள் சொல்லலாம். சொல்லாமலும் போகலாம். மேலும் எதிர்மறையாக, 'நம்மால் முடியாது' என்று கூடத் தீர்மானமாக மற்றவர்கள் சொல்லலாம். அதற்காக வெல்லாம் நாம் விட்டுவிட முடியாது. நம்மால் முடியும் என்பதை நம்முடைய மனத்துக்குச் சொல்ல வேண்டும்.

'ஆட்டோ சஜஷன்' என்று ஒருமுறை இருக்கிறது. தனக்குத் தானே, 'இப்படி இப்படி' என்று சொல்லிக்கொள்ளும் முறை. நல்லதைத் தனக்குத் தானே சொல்லிக்கொள்ளும் முறை.

'கோபப்பட மாட்டேன்'

'கோபப்பட மாட்டேன்'

'கோபப்பட மாட்டேன்.'

என்பது போல, தினமும் கண்களை மூடிக்கொண்டு நமக்கு நாமே தீர்மானமாகச் சொல்லிக்கொள்வது. உண்மையில் பலருக்கும் பலன் கொடுத்த முறை.

'சீக்கிரமே ஒரு கார் வாங்குவேன். கார் வாங்கிவிடுவேன். கார் ஒன்று வாங்கிவிடுவேன்.'

தினம் தினம் சீரியசாக, தனக்குத்தானே, நம் மனத்துக்கு நாமே அனுப்பும் செய்தி. மனம் சொல்வதைத்தானே உடம்பு கேட்கும்? மனத்துக்கு நான் சொல்கிறேன். 'இதுதான் வேண்டும். இதற்காக உழை. எல்லாம் செய்' என்று.

'என் உடம்புக்கு ஒன்றும் பிரச்னை இல்லை. என்னால் மீண்டும் பழையபடி பேச முடியும். எழுந்து நடமாட முடியும். ஏன் முடியாது. நான் நன்றாகத்தான் இருக்கிறேன்'

இப்படி நினைப்பவர்களின் உடம்பு சீக்கிரமாகக் குணமாகும்.

ஒருவருக்கு லேசாக உடம்பு சரியில்லை. 'இன்று ஒரு நாள் அலுவலகத்துக்கு விடுப்பு எடுத்துக்கொள்ளுங்கள்' மனைவி சொல்ல, கணவனும் அலுவலகத்துக்குப் போகவில்லை. 'இன்றுதான் அலுவலகம் போகவில்லையே, இப்போதே ஏன் எழுந்துகொள்கிறீர்கள் இன்னும் கொஞ்ச நேரம் படுத்துக் கொள்ளுங்கள்.' என்று மனைவி சொல்ல, சரி என்று படுக்கை யில் படுத்துக்கொள்கிறார். தூக்கம் வரவில்லை. ஆனாலும் தாமதமாக எழுந்துகொள்கிறார்.

சவரம் செய்துகொள்வதற்காக ரேசரை எடுக்க, 'இன்றுதான் அலுவலகம் போகவில்லையே. தவிர, உங்களுக்கு உடம்பு சரியில்லையே. பின் எதற்கு சவரம்? வேண்டாம்.' மனைவி சொன்னதைக் கேட்டு, அவர் சவரமும் செய்துகொள்ளவில்லை, குளிக்கவும் இல்லை.

அன்று மதியம் வாக்கில், அவருக்கு உண்மையிலேயே உடம்பு சரியில்லாமல் இருப்பது போன்ற பிரமை வந்துவிடுகிறது.

இதற்கு, நேர் மாறாக, உடம்பு லேசாகச் சரியில்லாத ஒருவர் அலுவலகம் கிளம்பிப் போகிறார். வேலையில் மூழ்கிப் போகிறார். அவருக்கு உடம்பு சரியில்லாமல் இருந்ததே மறந்துபோகிறது. இப்படிப்பட்ட சூழ்நிலையில் உடம்பு சரியாகிவிடவும் வாய்ப்பு உண்டு.

'இன்றைக்கு நீங்கள் மிகவும் அழகாக இருக்கிறீர்கள்!' இதையே அன்றைக்கு அவரைப் பார்த்தவர்களில் பலர் சொல்கிறார்கள். என்ன ஆகும்? கேட்பவர் மனம் பெருமை கொள்ளும். நடையில் கம்பீரம் வரும்.

'என்ன சட்டை இது? உங்களுக்கு இந்த நிறம் பொருத்தமாக இல்லையே!' 'அடடா! என்ன இந்தக் கலரில் சட்டை போட்டுக்கொண்டு வந்திருக்கிறீர்கள்! உங்களுக்கு நன்றாக இல்லை!' இப்படிப் பலரும் சொல்ல, கேட்பவர் மனம் என்ன ஆகும்? சோர்வாகிவிடும்.

இதெல்லாம், மற்றவர்கள் சொல்வதை மனம் நம்புவதால் வரும் விளைவுகள். யார் சொன்னால் என்ன? மனம் நம்பினால், அப்படித்தான் என்று நினைத்துவிட்டால் அதனால் வரும் விளைவுகள்.

ஒரு கழுகின்முட்டை, கோழிகள் போட்ட முட்டைகளுடன் கலந்துவிட்டது. சில நாட்களில் அந்த முட்டைகள் பொரிந்து, அவற்றில் இருந்து குஞ்சுகள் வெளிவந்தன. ஒரு கழுகுக் குஞ்சு. மற்றவை எல்லாம் கோழிக் குஞ்சுகள். எல்லாக் குஞ்சுகளும் ஒன்றாகவே இருந்தன. ஒன்றாகவே சாப்பிட்டன. ஒன்றாக வளர்ந்தன. கோழிக் குஞ்சுகள் அவற்றின் இயல்பு காரணமாக அதிக உயரம் பறப்பதில்லை. உடன் இருந்த கழுகுக் குஞ்சும் அதனால் அதற்கு முயற்சிக்கவே இல்லை. காரணம், தான் ஒரு கழுகுக் குஞ்சு என்பதே அதற்குத் தெரியாது. அதன் காரணமாக அது உயரத்தில் பறப்பதற்கு முயற்சிக்கவில்லை.

பெரிய ஏரி. கரையில் அமர்ந்தபடி இரண்டு நபர்கள் தூண்டில் போட்டு மீன் பிடித்துக்கொண்டிருந்தார்கள். இருவருக்கும் நல்ல அளவு மீன்கள் கிடைத்தன. ஆனாலும் அவர்களில் ஒருவர், தனக்குக் கிடைக்கும் மீன்களை கண்களால் அளந்து, பெரியதாக இருக்கும் மீன்களை மீண்டும் ஏரியில் போட்டுக்கொண் டிருந்தார்.

கூட இருந்தவருக்கு வியப்பு. இப்படியுமா ஒருவர் செய்வார் என்று. கேட்டார். ஏன் பெரிய மீன்களை எல்லாம் வேண்டாம் என்பதுபோல ஏரியில் எறிகிறீர்கள்? அவர் வருத்தத்துடன் சொன்னார், 'என்ன செய்வது? எங்கள் வீட்டில் இருக்கும் சட்டி சிறியது ஆயிற்றே.'

சட்டி சிறியதாம் அதனால் பெரிய மீன்கள் வேண்டாமாம்! இப்படித்தான் சிலர் தங்களால் முடியாது என்று பெரிய வாய்ப்புகளை வேண்டாம் என்று முயற்சிக்காமலேயே விட்டுவிடுகிறார்கள்.

நினைப்புதான் முயற்சிக்கோ, முயற்சியின்மைக்கோ காரணம். மனத்தில் விழும் படம்தான் பின்னால் நிஜமாகும். அதனால், மனத்தில் எழும் எண்ணங்கள் மிக முக்கியமானவை.

9. தடைகளை உடை

சிலருக்கு வாழ்க்கையில் எதிலுமே ஆர்வம், முனைப்பு இருக்காது. எதைக் கேட்டாலும் அதற்கு நியாயம் சொல்லித் தப்பிக்கப் பார்ப்பார்கள். அவர்கள் அடிக்கடி சொல்லும் ஐந்து குறைகள் என்னென்ன என்று பார்த்துவிடலாம்.

1. 'எனக்கு மட்டும், சாதிக்க வேண்டும் என்று ஆசையில்லையா என்ன? நானும் செய்ய வேண்டும் என்றுதான் நினைக்கிறேன். ஆனால் என் சூழ்நிலை உங்களுக்குத் தெரியாது. அது தெரிந்தால் இப்படிச் சொல்லமாட்டீர்கள்!'

வெற்றி பெற்றவர்கள் எல்லாம் தடைகளைச் சந்திக்காமல் சுலபமாக மேலே வந்த அதிர்ஷ்டசாலிகளா என்ன? இல்லவே இல்லை. எல்லோருக்கும் தடைகள் வரத்தான் செய்கின்றன. சிலர் தடைகள் வந்தாலும், விடாமல் செய்கிறார்கள். வேறு சிலர் தடைகள் வந்ததும், 'அவ்வளவுதான். எல்லாம் போச்சு' என்று விட்டுவிடுகிறார்கள்.

சில வெற்றியாளர்கள் சந்தித்தத் தடைகள், துயரங்கள் எல்லாம் சாதாரணமானவை அல்ல. வாழ்க்கையையே புரட்டிப் போடும் தடைகள். ஆனால் அவர்கள் என்ன செய்கிறார்கள்? தடையையே அடித்துத் தலைக்கு மேலே தூக்கிப் போட்டுவிடுகிறார்கள். ஓர் உதாரணம் பார்க்கலாம்.

அவர் பெயர் ராமகிருஷ்ணன். ஊர் திருநெல்வேலி மாவட்டம் ஆயக்குடி. படிப்பு பி.இ. ஆசை கப்பற்படையில் சேர்ந்து வேலை செய்யவேண்டும் என்பது. விண்ணப்பித்தார். அப்போது அவருக்கு வயது 21. அழைப்பு வந்தது. ராணுவத்துக்கு ஆள்களைத் தேர்வு செய்யும் இடத்துக்குப் போனார். எழுத்துத் தேர்வு, குழு விவாதம் முதலியவற்றை வெற்றிகரமாக முடித் தார். அதற்குப் பிறகு, கடுமையான உடல் வலிமை சோதனைகள்..

அவற்றில் ஒன்று, ஒவ்வொருவரும் வேகமாக ஓடி, அங்கிருக்கும் ஒரு மரத்தின் மீது ஏறி, அங்கிருந்து பதினைந்து அடி கீழே இருக்கும் பிளாட்பாரத்தில், குதிக்க வேண்டும். குதித்த இடத்தில் இருந்து, உடனே சில அடிகள் தூரம் ஓடி, அங்கு இன்னும் பத்தடி ஆழத்தில் இருக்கும் பிளாட்பாரத்தின் மீது குதிக்க வேண்டும். இவை எல்லாவற்றையும் வேகமாகச் செய்ய வேண்டும். இவற்றுக்கு எடுத்துக்கொள்ளும் நேரத்தினைக் கணக்கெடுப்பார்கள். ராமகிருஷ்ணன் துடிப்பானவர். எப்படியும் தேர்வாகிவிட வேண்டும் என்கிற வேட்கையுடன் வந்திருந்தார்.

ஓடினார். மரத்தின் மீது பாய்ந்து ஏறினார். தாவிக் குதித்தார். அடடா! அவரது அசாத்திய வேகம் காரணமாக, முதல் பள்ளத்தில் குதிப்பதற்குப் பதிலாக, நேராக இரண்டாவது பள்ளத்தில் போய், மடார் என்று தரையில் விழுந்தார். பிட்டம் தரையில் பயங்கரமாக மோதியது. முதுகெலும்பில் பயங்கர மின்சார ஷாக் அடித்தது போல இருந்தது. பார்த்துக்கொண்டிருந்தவர்கள் முகங்களில் எல்லாம் பயங்கர அதிர்ச்சி. பதறிப்போனார்கள். ஆனால் ராமகிருஷ்ணனுக்கு எதுவும் தெரியவில்லை. காரணம், முதுகெலும்பில் பட்ட பலமான அடியின் காரணமாக, கழுத்துக்கு கீழ் அவருக்கு எந்த உணர்வும் சுத்தமாக இல்லை. உறுப்புகள் எதுவும் வேலை செய்யாது என்கிற நிலை. மருத்துவமனைக்குத் தூக்கிக்கொண்டு ஓடினார்கள். சேர்த்தார்கள்.

அதன் பிறகு கை, கால், விரல்கள், உடம்பு எதையும் அவரால் அசைக்கக்கூட முடியவில்லை. 20 மாதங்களாக மருத்துவர்கள் எவ்வளவோ போராடியும் பலன் இல்லை. மீதவாழ்க்கை முழுவதும் சக்கர நாற்காலிதான் என்றாகிவிட்டது. பார்க்கலாம். சிந்திக்கலாம். பேசலாம். இவற்றைத்தான் தானாகச் செய்யலாம். மீதமெல்லாம் அடுத்தவர் உதவியை எதிர்பார்த்துத்தான் என்கிற நிலை.

'எல்லாம் விதி', 'என்ன கொடுமை இது?' என்றெல்லாம் அவர் அழவில்லை. நொந்துபோகவில்லை. மாறாக அதை நேருக்கு நேர் எதிர்கொண்டார். தென் தமிழ்நாட்டில், ஆனைக்கட்டிக்கு அருகிலிருக்கும் ஆயக்குடி என்ற தனது கிராமத்திலேயே 'அமர் சேவா சங்கம்' என்கிற ஓர் அமைப்பை உருவாக்கினார். அங்கே தன்னைப் போன்றே உடல் ஊனமுற்ற 25 பிள்ளைகளுக்கு ஆசிரமம் மற்றும் பள்ளிக்கூடம் நடத்தி வருகிறார்.

'அடுத்தவர் உதவியோடுதான் தான் வாழ்ந்தாகவேண்டும்' என்கிற நிலை வந்தது. ஆனால் அப்போதும் அடுத்தவருக்குத் தன்னால் உதவ முடியும் என்கிற நிலையை அவரே ஏற்படுத்திக் கொண்டார். சக்கர நாற்காலியில் அமர்ந்தபடியே, வாயால் ராமகிருஷ்ணன் சொல்லச் சொல்ல, அங்கே வேலைகள் நடக்கின்றன. பல ஆண்டுகளாக.

நாம் முடியாது என்று நம்பும் சிலவற்றை வேறு சிலர் செய்துகொண்டிருக்கிறார்கள். நம்மைவிட சாதகமற்ற மோச மான சூழ்நிலைகளில் இருந்துகொண்டும் கூட!

2. 'நான் ஒன்றும் முயற்சி செய்யாமல் இல்லை. பலமுறை முயன்றுவிட்டேன். ஆனால் பலனைத்தான் காணோம்.'

'சிக்கன் சூப் பாஃர் த சோல்' புத்தகத்தை எழுதிவிட்டு, மார்க் விக்டர் ஹேன்சன் பல பதிப்பாளர்களைப் போய்ப் பார்த்திருக் கிறார். யாரும் அதைப் பதிப்பிப்பதற்கு முன் வரவில்லை. தடைகள். வெற்றிக்கு முன் வந்த தடைகள். ஒன்று அல்ல இரண்டு அல்ல. அவருடைய புத்தக 'மேட்டரை' நிராகரித்தது மொத்தம் முப்பது பதிப்பாளர்கள். ஹேன்சன் சோர்ந்து போகாமல், 'எனக்கு ஏன் இப்படியெல்லாம் நடக்கிறது?' என்று அரற்றிக் கொண்டிருக்காமல், என் மதிப்பு இவர்களுக்குத் தெரியவில்லை என்று திட்டிகொண்டிராமல், தன் முயற்சிகளைத் தொடர்ந்தார். வெற்றி கிடைக்கும் வரை விடவேயில்லை.

இன்றைக்கு அவருடைய வெற்றிகள் பிரபலம். பல தேசங்களில், இன்று அவரை கோடிக்கணக்கானவர்களுக்குத் தெரியும். எதனால் அவரைத் தெரியும்? அவர் முப்பது முறை விடாமல் முயன்றார் என்பதாலா? அவர் வெற்றி பெற்றதால்தான்.

கணக்கில் வருவது, 'எத்தனை முறை முயற்சித்தோம் என்பதல்ல. எத்தனை முறை வெற்றி பெற்றோம்' என்பதுதான்.

வெற்றி பெறுபவர்கள் தொடர்ந்து வெற்றி கிடைக்கும் வரை போராடுகிறார்கள். எத்தனை முறை முயற்சித்தேன் என்பதல்ல கணக்கு. வெற்றியா? இல்லையா? என்பதுதான் கணக்கு.

3. 'இதெல்லாம் எனக்கு ஒத்துவராது.' 'இதை எல்லாம் செய்ய என்னால் முடியுமா? முடியாது.'

இப்படியெல்லாம் நினைத்துத்தான், சிலர் எதையுமே செய்வதில்லை. முயற்சிப்பதேயில்லை. 'கடினம்', 'சிரமம்', 'அதிகம்' என்றெல்லாம் நினைத்து விட்டுவிடுகிறார்கள்.

இரண்டு வகையான மனிதர்கள் இருக்கிறார்கள். முயற்சிப்ப வர்கள் ஒருவகை. ஏதாவது காரணங்களைச் சொல்லிக்கொண்டு, முயற்சியே எடுக்காமல் இருப்பவர்கள் இரண்டாவது வகை.

முயற்சிப்பவர்களுக்கு முழுவதுமே கிடைக்கலாம். அல்லது நினைத்த அளவுக்குக் கிடைக்காவிட்டாலும், ஓரளவாது கிடைக்கும். ஆனால், எதையுமே முயற்சிக்காதவர்களுக்கு? சந்தேகமே இல்லை. அவர்களுக்கு நிச்சயமாக ஒன்றுமே கிடைக்காது. முயற்சிக்காததால் அவர்கள் 100 சதவிகிதத்தையும் தவறவிடுகிறார்கள்.

முடியாது என்பதே கிடையாது. பிறரிடம் இருந்து மட்டுமில்லை. நம்மிடம் இருந்தும் நாம் என்ன எதிர்பார்க்கிறோம் என்பதில் இருக்கிறது சூட்சுமம். வெளியில் எத்தனையோ நபர்களிடம் அற்புதங்களை எதிர்பார்க்கிறோம். இன்னும் இன்னும் என்று கேட்கிறோம். ஆனால் நம்மிடமிருந்து ஏன் அப்படி எதையும் எதிர்பார்ப்பதில்லை? நம்மிடம் மட்டும் ஏன் சமாதானம்? எதற்காகச் சமரசம்?

'இதைச் செய்வதற்கு நீ எதற்கு?'

'இவ்வளவுதானா நீ?'

'இது போதாது. இன்னும் செய்.'

இதுபோல தனக்குத்தானே கேட்டுக்கொண்டவர்கள் வெற்றி பெற்றிருக்கிறார்கள். உண்மையாகக் கேட்க வேண்டும். வலிமையாகக் கேட்கவேண்டும். உறுதியாகக் கேட்க வேண்டும். பிறகு, எப்படி வெற்றி நம்மை அடையாமல் போகும்?

நன்றாகப் படிக்கும் பிள்ளைகளைப் பார்த்தால் தெரியும். தங்களது திருத்தப்பட்ட விடைத்தாள்களை புரட்டிப் புரட்டிப் பார்ப்பார்கள். எங்கேயாவது வரவேண்டிய மதிப்பெண் விட்டுப் போயிருக்கிறதா என்று. அரை மதிப்பெண், ஒரு மதிப்பெண் போடவேண்டியது விட்டுப்போயிருந்தால்கூட விடமாட்டார்கள். போய் ஆசிரியரிடம் திரும்பத் திரும்பக் கேட்பார்கள்.

தாங்கள் எழுதியது தவறு என்று தெரிந்தால் வருத்தப்படுவார்கள். சிலரால் தங்களின் தவறுகளை மன்னிக்கவே முடியாது. எப்படி, இப்படி விட்டுவிட்டேன். அடச் சே! என்று தங்களைத் தாங்களே நொந்துகொள்வார்கள். அதீதமான எதிர்பார்ப்பு. தங்களிடம் இருந்து உச்சபட்ச எதிர்பார்ப்பு. செய்யமுடியாவிட்டால் தவறிவிட்டால், அதற்காக வருத்தம். விடமாட்டேன் என்று அடுத்த வாய்ப்புக்காக முயற்சிக்க ஆரம்பித்துவிடுவார்கள்.

தாங்கள் செய்தது போதாது. இப்படிப்பட்டவர்கள் எல்லாத் துறைகளிலும் இருக்கிறார்கள். மிகப்பெரிய விருதுகளை பெறும் போது, தலையைக் குனிந்துகொண்டு, இந்த விருதுக்குத் தகுதி உள்ளவனாக என்னை மேம்படுத்திக்கொள்வேன் என்பார்கள். 'நான் சாதித்து முடித்துவிட்டேன். போதும்' என்று அவர்கள் நினைப்பதும் இல்லை. சொல்வதும் இல்லை. 'என்னுடைய மிகச் சிறந்த சாதனை இனிதான் வரும்' என்கிற அர்த்தத்தில் 'My best is yet to come' என்பார்கள்.

உன்னதத்தினை எதிர்பார்ப்பது. Demanding Excellence. தன்னிட மிருந்து, எப்போதும், எது கிடைத்தாலும் அதில் திருப்தியடைய மாட்டார்கள். வெற்றியாளர்களின் வெற்றி ரகசியங்களில் இதுவும் ஒன்று. அவர்களை அவர்களால் திருப்திப்படுத்தவே முடியாது. இன்னும் வேண்டும் என்று உழைப்பை அதிகமாக்கிக் கொண்டே இருப்பார்கள் .

4. 'நானும் இப்படியெல்லாம் செய்ய வேண்டும் என்றுதான் நினைக்கிறேன். ஆனால் என்னால் முழுமனத்துடன் ஈடுபட முடிய வில்லை. எனக்கு எவ்வளவோ சங்கடங்கள் இருக் கின்றன. மனத்தைப் பல சுமைகள் அழுத்துகின்றன. உலகத்தில் தான் எத்தனை ஏமாற்றுக்காரர்கள்? வஞ்சகர்கள்?'

சிலரால் தங்களிடம் இருந்து மிகச் சிறந்ததை எதிர்பார்க்க முடியாததற்குச் சில காரணங்கள் இருக்கலாம். அவற்றில் ஒன்று

சிலவற்றை மறக்கமுடியாதது. இன்னொன்று, யார் மீதோ இருக்கும் கோபம். மனத்தில் ஆறாத ரணமாக எரியும் உணர்வுகள். முந்தைய அத்தியாயத்தில் நம்மிடையே அறிமுகமான வான் டையருக்கும் இப்படி ஒரு பிரச்னை இருந்திருக்கிறது.

வான் டையர், சின்ன வயதிலேயே தந்தையால் கைவிடப் பட்டவர். சொந்த முயற்சியில் மிகப்பெரிய வெற்றிகள் அடைந்தவர். ஆனால் வெற்றி வருவதற்கு முன், அவர் மனத்தை அழுத்திக்கொண்டிருந்த ஒரு விஷயம், 'என் தந்தை ஏன் என்னைக் கைவிட்டார்?' இந்தக் கேள்வி, திரும்பத் திரும்ப அவருடைய மனத்தில் பல வருடங்களுக்கு கேட்டுக்கொண்டே இருந்தது. அவருடைய தந்தை வேறு ஒரு பெண்ணைத் திருமணம் செய்துகொண்டது, அந்தக் குடும்பத்துடன் வாழ்ந்து வருவது போன்றவற்றையே அவருடைய மனம் தொடர்ந்து யோசித்துக் கொண்டிருந்தது.

அவருடைய தந்தையை, யாராவது எங்கேயாவது பார்த்ததாகச் சொன்னால், அங்கே போய்விடுவார். அவரது தந்தை இறந்து போன பிறகும்கூட அவரால் தன் ஆதங்கத்தை ஆற்றிக்கொள்ள முடியவில்லை. கடைசியாக, தந்தையின் சமாதியைக் கண்டுபிடித்து அங்கே போய்விட்டார்.

கிட்டத்தட்ட மூன்று மணி நேரம் சமாதிக்கருகே உட்கார்ந் திருந்தார். கத்தினார். 'என்னை ஏன் வீட்டுவிட்டுப் போனீர்கள்? நான் என்ன பாவம் செய்தேன்? நான் அத்தனை மோசமான வனா?'

கோபம், அழுகையாக மாறியிருக்கிறது. பட்ட அவமானங்கள், சிரமங்கள் எல்லாம் சேர்ந்துகொண்டு, சுயபச்சாதாபத்தில் தேம்பித்தேம்பி அழுதார். மூன்று மணி நேரத்துக்கும் மேலாக இவர் மட்டும் தனியாளாக, அங்கே கத்திப் பேசி, அழுததில் ஒன்று நடந்தது. மனம் மிகவும் லேசாகிவிட்டது. பாரம் சுத்தமாகக் குறைந்துவிட்டது.

வான் டையர் அன்றே, அங்கேயே ஒன்று செய்தார். அது அவருடைய தந்தையை மன்னித்தது. அதுநாள் வரை, 'இவர் ஏன் பிள்ளை பெற்றுக்கொள்ளவேண்டும்? பின் அதை வளர்க்க துப்பில்லாமல், விட்டுவிட்டு ஓடவேண்டும்?' என்று தந்தை மேல் கடுங்கோபத்துடன் இருந்தார்.

அன்றைக்கு அவருடைய மனத்தில் இருந்த சங்கடங்கள் எல்லாம் மொத்தமாக வெளியேறிவிட்டன. மனம் சுத்தமாகிவிட்டது. அதனால்தான், அதற்குப்பிறகு அவரால் தன் வேலையில் முழுக்கவனம் செலுத்த முடிந்தது. வெற்றியும் தேடிவந்தது.

மனத்தில் குப்பைகள் இருந்தால், செய்ய வேண்டியதில் கவனம் போகாது. கோபம், பொறாமை, அவமானத்துக்குப் பரிகாரம், பழிக்குப்பழி. இவையெல்லாம் மனத்தில் அடைத்துக் கொண்டிருந்தால், உள்ளே இருக்கும் சக்தி சரியாக வெளிப் படாது. செய்ய வேண்டிய காரியத்தின் மீது கவனம் போகாது. வெற்றிகள் தவறும்.

வகுப்புக்குள் ஆசிரியர் வந்தார். அவர் கையில் ஒரு கண்ணாடி தம்ளர். தம்ளர் நிறைய தண்ணீர். மாணவர்களைப் பார்த்துக் கேட்டார், 'இந்த தம்ளரில் இருக்கும் தண்ணீரின் எடை என்ன இருக்கும்?'

'50 கிராம்'

'75 கிராம்'

'100 கிராம்கூட இருக்கும் சார்.'

பதில்கள் பலவிதமாகப் பறந்து வந்தன.

'எடை எவ்வளவாகவும் இருந்துவிட்டுப் போகட்டும். என்னுடைய கேள்வி, இந்த தம்ளரை நான் ஒரு நிமிடம் தூக்கிப் பிடித்தால் என் கை என்ன ஆகும்?'

'ஒன்றும் ஆகாது.'

கீழே வைக்காமல் ஐந்து நிமிடம் தூக்கிப் பிடித்துக் கொண்டிருந்தால்?'

'வலிக்கும்'

'ஒரு மணி நேரம் வைத்திருந்தால்?'

'என்ன கேள்வி சார் இது? கை மரத்துக்கூடப் போகலாம்.'

'இப்படியே பல வருடங்களுக்குத் தம்ளரைத் தூக்கிப் பிடித்திருந்தால்...?'

'சார்.. அவ்வளவுதான்..'

ஆசிரியர் சொன்னார். தம்ளரில் இருக்கும் தண்ணீர் போன்றது தான் நடந்துமுடிந்துவிட்ட பிரச்னைகள். அவற்றை விடாமல் மனத்தில் தூக்கி வைத்திருந்தால் மனம் வலிக்கும். மரத்து போகும். வேறு எதையுமே செய்ய முடியாது.

ஆறிய காபியை, பழைய சாப்பாட்டை கொட்டினால்தான் புதியதை உள்ளே வைக்க முடியும். பிரச்னைகள் இல்லாதவர்கள் கிடையாது. அதற்காக அதையே நினைத்துக்கொண்டு, பேசிக் கொண்டிருந்தால் முன்னேற்றம் வருவதற்கு வழி கிடைக்காது.

ஒவ்வொன்றும் புதிய பக்கம். போய்கொண்டே இருக்க வேண்டியதுதான்.

5. 'நானும் ஒன்றும் சும்மா இல்லை. பலமுறை முயற்சித்து விட்டேன். ஆனால் வெற்றிதான் கிடைப்பதாக இல்லை. அதனால்தான் எல்லாவற்றையும் விட்டுவிட்டு உட்கார்ந் திருக்கிறேன்.'

வெற்றி கிடைக்கும் வரை நிறுத்தவே நிறுத்தாதீர்கள். செய்வதைத் தொடர்ந்து செய்யுங்கள். ஏனென்றால், நீங்கள் நிறுத்தும் இடத்துக்குச் சற்றுத் தள்ளி வெற்றி இருக்கலாம். அது தெரியாமல், அவ்வளவையும் செய்துவிட்டு, அதற்குக் கொஞ்சம் முன்பாக முயற்சியை நிறுத்துவானேன்!

இந்த இடத்தில் ஆல்பர்ட் ஐன்ஸ்டீன் சொன்னதை நினைவு கொள்ளலாம். 'டிரை ஒன் மோர் டைம்'. இன்னொருமுறை முயற்சித்துப் பாருங்கள். இந்த வார்த்தைகளை மறக்கவே வேண்டாம். 'இன்னொருமுறை முயற்சித்துப் பாருங்கள்.' எத்தனையாவது முறையாக வெற்றி தவறினாலும், அதே வாசகம் தான். Try one more Time!

வெற்றி எப்படி கிடைக்காமல் போகும்?

இயற்கையிலே நம்மிடம் சில திறமைகள் இருக்கின்றன. முன்பெல்லாம் சில குறிப்பிட்ட திறமைகளுக்கு மட்டுமே வாய்ப்புகள் இருந்தன. ஆனால் தற்போதைய நிலை வேறு. எல்லாத் திறமைகளுக்கும் தேவை இருக்கிறது. எல்லோருக்குமே வாய்ப்புகள் இருக்கின்றன.

அதனால் நம்மிடம் இல்லாத சில திறமைகள், பலங்களை நினைத்து வருத்தப்பட்டுக்கொண்டிருக்க வேண்டாம். அந்த திறமையை உருவாக்கிக்கொள்ள சிரமப்பட்டுக்கொண் டிருக்கவும் தேவையில்லை. அந்த நேரத்தில் நம்மிடம் இருக்கும் திறமை எதுவானாலும், பலம் எதுவானாலும் அதனைப் பட்டை தீட்டி பரிமளிக்க வைத்து ஜெயித்துவிடலாம்.

நமது எண்ணங்கள், முடிவுகள்தான் நமது வாழ்க்கையைத் தீர்மானிக்கின்றன. சூழ்நிலைகள் அல்ல.

சூழ்நிலைகள் உருவாகக் காத்திருக்காதீர்கள். உங்களுக்கான வாழ்க்கையை, நீங்களே உருவாக்குங்கள்.

யாரோ செய்து தருவார், யாரோ முடித்துத் தருவார், 'இது உங்களுக்கு' என்று தங்கத் தாம்பாளத்தில் வைத்துக்கொண்டு வந்து தருவார் என்றெல்லாம் எதிர்பார்க்க வேண்டாம்.

நீங்கள்

எப்படி எண்ண வேண்டும்?
எப்படிச் செயல்படவேண்டும்?
எவற்றை விட்டுவிட வேண்டும்?
எவற்றைச் சிரமப்பட்டாவது செய்ய வேண்டும்?

முடிவு செய்யுங்கள்.

உங்களுக்கு

எது முக்கியம்?
எது சுகம்?
எதற்காக எதைத் தியாகம் செய்யலாம்?

முடிவு செய்யுங்கள்.

சில சௌகர்யங்களைத் தூக்கி எறியுங்கள்.

தூக்கத்தை
குடிப்பழக்கத்தை
அரட்டையை
சோம்பலை

பயத்தை

தயக்கத்தை

எத்தனை முறை முயற்சித்தீர்கள் என்பதல்ல கணக்கு. பெற்ற வெற்றிகள் எத்தனை என்பதுதான் பார்க்கப்படும். வெற்றி கிடைக்கும் வரை எதையும் விடவேண்டாம். வெற்றி கைக்கெட்டும் தூரத்தில் என்று நினைத்துக்கொள்ளுங்கள்.

வெற்றி பெறுவது என்கிற உறுதி மட்டும் போதும். வெற்றி பெற்றே தீருவோம்.

வாழ்க்கையில் ஒவ்வொரு காலகட்டத்திலும் ஒவ்வொன்று முக்கியம். அந்த நேரங்களில், தீர்மானித்துக்கொண்ட இலக்குகள் மட்டுமே முக்கியம் என்கிற அணுகுமுறையுடன் நெருங்க, நெருக்க, வெற்றி கிடைத்தே தீரும்.

வெற்றி பெறுவது என்கிற உறுதிமட்டும் போதும் வெற்றி பெற்றே தீருவோம்.

வாழ்த்துகள்.

பின் இணைப்பு

உங்கள் விருப்பத்தைக் கண்டுபிடிக்கும் கேள்வித்தாள்.

இது உங்களின் ஆழமான விருப்பத்தைக் கண்டுபிடிக்க உதவும் கேள்வித்தாள். தனியாக அமர்ந்துகொண்டு, நன்கு யோசித்து பதில்களை எழுதலாம். உண்மையாக எழுத வேண்டியது அவசியம். தயவுதாட்சண்யம் வேண்டாம். நிதர்சனமான உண்மைகள், அவை சொல்லிக்கொள்ள சுவாரசியமாக இல்லா விட்டாலும்கூட.

1. நான் என் வாழ்க்கையில் நிச்சயம் இதனைப் பெற வேண்டும். இது எனக்கு மிக மிக அவசியம் என்று நினைக்கிறேன்

நல்ல பண வசதி

அன்பான குடும்பம்

பிறருக்கு உதவும் வாய்ப்பு

மிக உயர்ந்த பதவி

செல்வாக்கு

அதிகாரம்

மதிப்பு

நண்பர்கள், உறவுகள்

அறிவு

அமைதி

அல்லது வேறு ஏதாவது.

2. என் வாழ்க்கையில் இதைத் தவிர்க்க வேண்டும். இது எனக்கு வேண்டாம். வேண்டவே வேண்டாம் என்று நினைக்கிறேன்

சண்டை சச்சரவுகள்

பழி / கெட்ட பெயர்

நோய்

சிரமப்படுதல்

மற்றவர்களின் வெறுப்பு

அல்லது வேறு ஏதாவது.

3. மற்றவர்கள் என்னிடம் என்ன எதிர்பார்க்கிறார்கள்?

மனைவி/ கணவன்

பெற்றவர்கள்

நிறுவனம்/அதிகாரிகள்

உலகம்

நண்பர்கள்

மற்றவர்கள்

4. எனது வெற்றிப் பாதை (பத்து வருடத் திட்டம்)

இதை எழுதிப் பார்ப்பதற்கு முன்பு, மேலே கொடுக்கப்பட்டுள்ள மூன்று கேள்விகளுக்கான பதில்களை, ஆழமாகப் படித்துப் பார்த்து உணர்வது முக்கியம். அதற்குப்பிறகு, அதை வைத்துக்கொண்டு, அதனடிப்படையில் இந்தப் படத்தை நிறைவு செய்ய வேண்டும்.

எல்லோருமே இன்றையத் தேதியில் ஒரு குறிப்பிட்ட நிலையில் இருக்கிறோம். அது எந்த அளவிலும் இருக்கலாம். நாம் அதைத் தாண்டி மேலே போகவேண்டும். எந்த விதத்தில் மேலே போக வேண்டும் என்பதைக் கண்டுபிடிக்கத்தான், மேலே கொடுக்கப் பட்டிருந்த கேள்விகளுக்கு பதில் எழுதினோம்.

இப்போது அதை வைத்து மூன்று நிலைகளை முடிவு செய்ய வேண்டும்

1. இப்போது நாம் என்ன நிலையில் இருக்கிறோம்?

2. இன்னும் 5 வருடங்களில் என்ன நிலையில் இருக்க விரும்புகிறோம்?

3. இன்னும் பத்து வருடங்களில் என்ன நிலையில் இருக்க வேண்டும் என்று நினைக்கிறோம்?

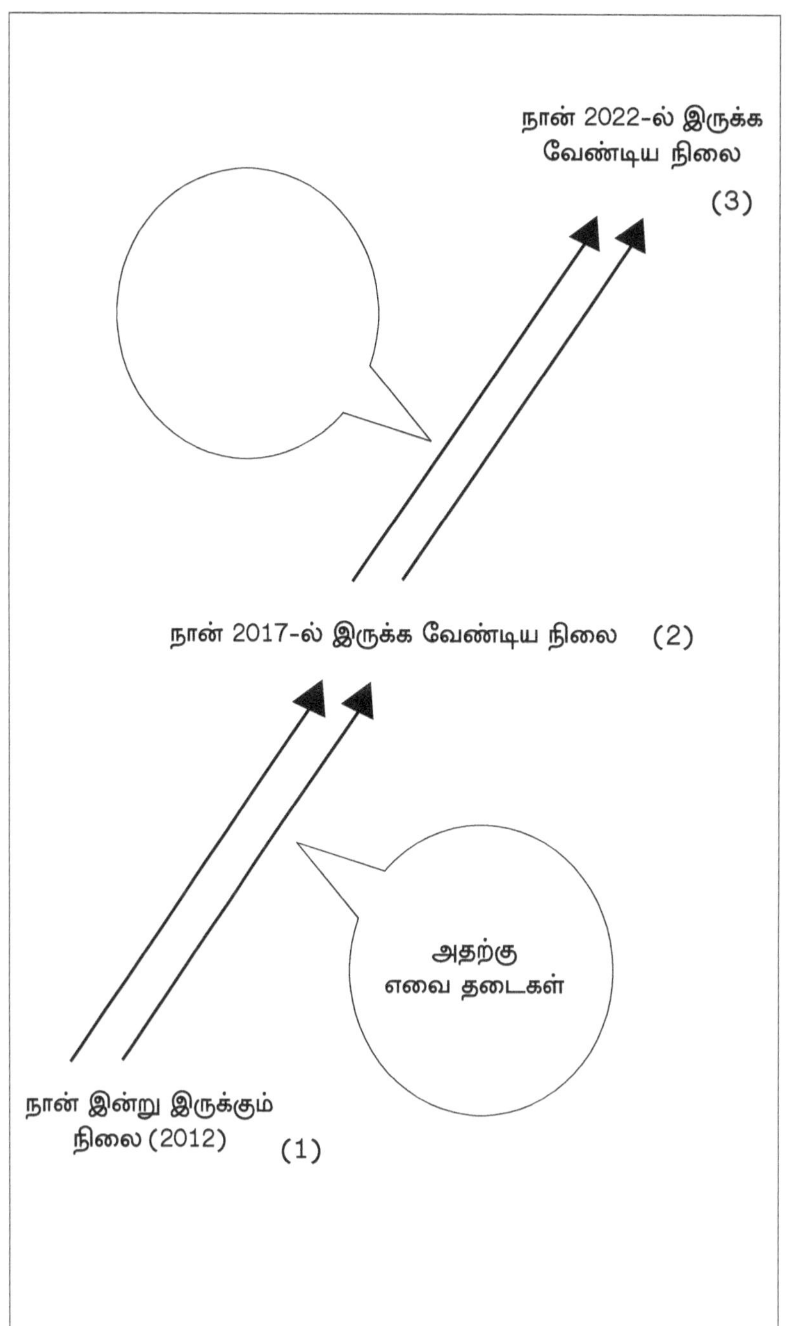

நான் 2022-ல் இருக்க வேண்டிய நிலை (3)
நான் 2017-ல் இருக்க வேண்டிய நிலை (2)
அதற்கு எவை தடைகள்
நான் இன்று இருக்கும் நிலை (2012) (1)

1. இன்று இருக்கும் நிலை என்ன?

அதைச் சுருக்கமாக படத்தில் (1) என்று குறிப்பிடப்பட்டுள்ள இடத்தில் எழுதிக்கொள்ள வேண்டும். அது பொருளாதாரம் சம்பந்தப்பட்டதாகவோ (சொந்தமாக மொபெட் கூட இல்லை என்பதுபோல) அல்லது படிப்புச் சம்பந்தமானதாகவோ (+2 படிக்கிறேன்) அல்லது குடும்பம் சம்பந்தமானதாகவோ, அல்லது பதவி, அதிகாரம், மதிப்பு, அமைதி போன்ற எது சம்பந்தமானதாகவும் இருக்கலாம். ஆனால், மூன்றாவது நிலையில் எதை எழுதப்போகிறோமோ அதே துறையில்தான் இருக்கவேண்டும். உதாரணமாக, மூன்றாம் நிலையில் ஐ.ஏ.எஸ். அதிகாரியாக ஆக வேண்டும் என்று எழுதிவிட்டு, முதல் நிலையில், 'மனம் அமைதியில்லாமல் இருக்கிறேன்' என்று எழுதக்கூடாது. ஒன்றுக்கு ஒன்று தொடர்புடையவையாக இருக்க வேண்டும்.

2. ஐந்து வருடங்களில் நான் அடைய நினைக்கும் நிலை என்ன?

மூன்றாவது நிலையை அடைவதற்கு முன் எதை அடைந்திருக்க வேண்டும்? அல்லது இன்னும் 5 ஆண்டுகளில் என்ன நிலையில் இருக்க வேண்டும்? அதை, மேலே உள்ள படத்தில் (2) என்று குறிப்பிடப்பட்டிருக்கும் இடத்தில் சுருக்கமாக எழுதிக்கொள்ள வேண்டும்.

இரண்டாம் மற்றும் மூன்றாம் நிலைகளில் நாம் இருக்க விரும்புவதுதான் நம்முடைய விருப்பம். அதனை அடைய என்ன செய்ய வேண்டும் என்பதை அதன் பிறகு முடிவு செய்யலாம்.